AF741657

ഭയം പ്രേമം സംഗീതം

bhayam premam sangeetham • gabriel garcia marquez • first edition november 1991 • second edition may 2008 • published by chintha publishers, thiruvananthapuram • typesetting by asoka grafics, peyad • distributed by deshabhimani book house • printed at akshara offset, thiruvananthapuram.

cover : shahul aliyar

വിതരണം : **ദേശാഭിമാനി ബുക്ക് ഹൗസ്**
H O തിരുവനന്തപുരം-695 001

ബ്രാഞ്ചുകൾ : തിരുവനന്തപുരം, കൊല്ലം, ആലപ്പുഴ, കോട്ടയം
എറണാകുളം, തൃശൂർ, കോഴിക്കോട്, കൽപ്പറ്റ, കണ്ണൂർ

CR - 781 / 1942

ഭയം പ്രേമം സംഗീതം

ഗബ്രിയേൽ ഗാർസിയ മാർക്കേസ്

പരിഭാഷ

രാധാകൃഷ്ണൻ എം ജി

ചിന്ത പബ്ലിഷേഴ്സ്
തിരുവനന്തപുരം-695 001

ഉള്ളടക്കം

ഗബ്രിയേൽ ഗാർസിയ മാർക്കേസ്

ഇരുപതാംനൂറ്റാണ്ടിന്റെ വിശ്വസാഹിത്യചരിത്ര രചയിതാക്കൾ അത്ഭുതാദരങ്ങളോടെ രേഖപ്പെടുത്തുന്ന രണ്ട് പ്രതിഭാസങ്ങളാണ് ആഫ്രിക്കയിലേയും ലാറ്റിനമേരിക്കയിലേയും നവോത്ഥാനങ്ങൾ. ഏതാനും പതിറ്റാണ്ടുകൾക്കുമുമ്പുവരെപോലും വിശ്വസാഹിത്യപ്രണയികളുടെ ആരാധനാപാത്രങ്ങൾ വടക്കേ അമേരിക്കയിലെ വിറ്റ്മാനും ഇംഗ്ലണ്ടിലെ ഏലിയറ്റും റഷ്യയിലെ ടോൾസ്റ്റോയിയും ജർമനിയിലെ ഗെയ്ഥെയും മറ്റും മാത്രമായിരുന്നുവെങ്കിൽ ഇപ്പോൾ വിശ്വസാഹിത്യത്തിന്റെ ഭൂപടം ആകെ മാറിയിരിക്കുന്നു. ചിലിയിലെ നെരൂദ, ഗ്വാട്ടിമാലയിലെ അസ്തൂരിയസ്, നൈജീരിയയിലെ അച്ചബെയും സോയിങ്കയും, കെനിയയിലെ എൻഗുഗിവാതിയോംഗോ, മെക്സിക്കോയിലെ ഒക്ടോവിയോ പാസ്, ക്യൂബയിലെ നിക്കോളാസ് ഗിയൻ തുടങ്ങി ഡസൻകണക്കിന് പ്രതിഭാശാലികൾ വിശ്വസാഹിത്യരംഗത്തെ പിടിച്ചടക്കിയിരിക്കുന്നു. ഈ നിരയിലെ അതികായനാണ് സ്പാനിഷ് ഭാഷയിലെഴുതുന്ന കൊളംബിയക്കാരൻ ഗബ്രിയേൽ ഗാർസിയ മാർക്കേസ്.

തെക്കേ അമേരിക്കയിലെ കൊളംബിയരാജ്യത്ത് അരക്കാറ്റക്ക എന്ന ചെറുനഗരത്തിൽ 1928 ൽ ജനിച്ച മാർക്കേസ് സൂക്ഷ്മദൃക്കുകളായ വിശ്വസാഹിത്യ പ്രണയികളുടെ ശ്രദ്ധയിൽ 1970 കളിൽ തന്നെ സ്ഥിരപ്രതിഷ്ഠ നേടിയിരുന്നെങ്കിലും 1982-ൽ അദ്ദേഹത്തിന് സാഹിത്യത്തിനുള്ള നോബൽ സമ്മാനം ലഭിച്ചതിൽ പിന്നീടാണ് വിശ്വപ്രശസ്തിയുടെ കൊടുമുടിയിലേക്ക് ഉയർന്നത്.

ആഖ്യായികാകാരനും കഥാകാരനും എന്ന നിലയിലാണ്, മലയാളമുൾപ്പെടെ ഡസൻകണക്കിന് ലോകഭാഷകളിലേക്ക് വിവർത്തനം ചെയ്യപ്പെട്ടിട്ടുള്ള കൃതികളുടെ കർത്താവായ മാർക്കേസ് അറിയപ്പെടുന്ന

തെങ്കിലും അദ്ദേഹത്തിന്റെ സിദ്ധിയും സാധനയും അത്രയുംകൊണ്ട് ഒതുങ്ങുന്നില്ല. ഒന്നാംതരം ഉപന്യാസകാരനും പത്രപ്രവർത്തകനും കൂടിയാണദ്ദേഹം. ഫിദൽ കാസ്ട്രോയുടെ വ്യക്തിപരമായ സുഹൃത്തും ക്യൂബൻ വിപ്ലവത്തിന്റെ ആരാധകനുമായ മാർക്കേസ് തന്റെ തൊഴിൽ ജീവിതം ആരംഭിച്ചത് വിപ്ലവാനന്തര ക്യൂബ സ്ഥാപിച്ച 'ലാറ്റിന പ്രൻസ' എന്ന അന്തർദേശീയ വാർത്താ ഏജൻസിയുടെ പ്രവർത്തകനായിട്ടാണ്. സോഷ്യലിസ്റ്റ് ക്യൂബയുടെ വിദ്യാഭ്യാസ—സാംസ്കാരിക വികാസ പ്രശ്നങ്ങളിൽ കാസ്ട്രോയുടെ ഉപദേഷ്ടാവ് എന്ന നിലയിൽ മൗലിക സംഭാവനകൾ നൽകിയിട്ടുള്ള മാർക്കേസ് ദീർഘകാലം ഹവാനയിലെ ഫിലിം ഇൻസ്റ്റിറ്റ്യൂട്ടിന്റെ തലവനായിരുന്നു.

ലാറ്റിനമേരിക്കൻ രാഷ്ട്രങ്ങളിലെ യാങ്കാ–സൈനിക സ്വേച്ഛാധിപത്യങ്ങളുടെ നിതാന്ത ശത്രുവായ മാർക്കേസ് സ്വന്തം നാടായ കൊളംബിയയിലെ ഭരണാധികാരികളുടെയും എതിരാളിയായി, അതുമൂലം 1982ൽ നോബൽസമ്മാനം ലഭിച്ച് വിശ്വപ്രശസ്തനാവുകയും കൊളംബിയയിൽ തന്നെ ഭരണമാറ്റംവരുകയും ചെയ്യുന്നതുവരെ പല പതിറ്റാണ്ടുകൾ മാർക്കേസ് സ്വയം നാടുകടത്തപ്പെട്ട് മെക്സിക്കോ, വെനസ്വേല, ക്യൂബ തുടങ്ങിയ അന്യരാഷ്ട്രങ്ങളിലാണ് കഴിഞ്ഞുകൂടിയത്. സമകാലിക ലാറ്റിനമേരിക്കൻ വിമോചനപ്രസ്ഥാന നായകരിൽ ചിലിയൻ മഹാകവി പാബ്ലോ നെരൂദയെപ്പോലെ മാർക്കേസിനും മുന്നണിസ്ഥാനമാണുള്ളത്.

അരാഷ്ട്രീയജീവിതത്തിലോ അരാഷ്ട്രീയസാഹിത്യത്തിലോ സമകാലിക ലാറ്റിനമേരിക്കൻ സാഹിത്യ-കലാകാരന്മാർ എന്നപോലെ മാർക്കേസും വിശ്വസിക്കുന്നില്ല. ഒന്നാം ലോക മഹായുദ്ധത്തിനും വിജയശ്രീലാളിതമായ പ്രഥമ സോഷ്യലിസ്റ്റു വിപ്ലവത്തിനുംശേഷം പടിഞ്ഞാറൻ സാഹിത്യകാരന്മാർ പൊതുവെ (അവരിൽ വടക്കേ അമേരിക്കക്കാരും പെടും) അന്താരാഷ്ട്രമായ ആത്മനിഷ്ഠതയിലേക്കും നിരർഥകമായ രൂപഭദ്രതാവാദത്തിലേക്കും വഴുതിപൊയ്ക്കൊണ്ടിരുന്ന കാലയളവിൽ വി ശ്വസാഹിത്യത്തിന്റെ വിപ്ലവചൈതന്യത്തേയും സാമൂഹിക പ്രതിബദ്ധതയേയും ഉയർത്തിപ്പിടിച്ച് കലാ--സംസ്കാരത്തിന്റെ പരമ്പരാഗത ധർമം നിറവേറ്റിയവർ ലാറ്റിനമേരിക്കയിലേയും ആഫ്രിക്കയിലേയും ഒട്ടൊക്കെ ഏഷ്യയിലേയും പ്രതിഭാശാലികളാണ്. നാശോന്മുഖമായ സാമ്രാജ്യത്വത്തിന്റെയും പിൽക്കാല മുതലാളിത്തത്തിന്റെയും ജീർണ്ണ പ്രവണതകളിൽ ആണ്ടുപോയ പടിഞ്ഞാറൻ സംസ്കാരിക മണ്ഡലങ്ങളിൽ പോലും ഈ മൂന്നാംലോക സാഹിത്യ നവോത്ഥാനത്തിന്റെ പ്രഭാതസൂര്യൻ പ്രകാശം പരത്തി. ഈ നവോത്ഥാന നായകരിൽ ഗബ്രിയേൽ ഗാർസിയ മാർക്കേസിനുള്ള സ്ഥാനം ഉന്നതമാണ്.

ആധുനിക പുരോഗമന സാഹിത്യത്തിന്റെയും വിപ്ലവകലയുടെയും പന്തിയിൽ പെട്ടയാളാണ് മാർക്കേസെങ്കിലും 19–ാം നൂറ്റാണ്ടിന്റെ ആദ്യപാദം മുതൽ ശക്തിയാർജ്ജിച്ച 'റിയലിസ'ത്തിന്റെയും പിൽക്കാലത്ത്

രൂപംകൊണ്ട 'സോഷ്യലിസ്റ്റ് റിയലിസ'ത്തിന്റെയും പരമ്പരാഗത പാതയിൽ നിന്ന് വ്യതിചലിച്ചാണ് മാർക്കേസിന്റെ പോക്ക്. തന്റെ കൃതികളെല്ലാം സമകാലിക പ്രസക്തിയുള്ള മനുഷ്യാവസ്ഥയെയും, പ്രത്യേകിച്ച് ലാറ്റിനമേരിക്കയിലെ രാഷ്ട്രീയ--സാമൂഹിക പ്രശ്നങ്ങളെയും മുൻനിർത്തിയുള്ള യഥാർഥ സൃഷ്ടികളാണെന്നവകാശപ്പെടുന്ന മാർക്കേസിന്റെ സവിശേഷമായ ആവിഷ്കാരശൈലിയെ ചില നിരൂപകർ 'മാജിക്കൽ റിയലിസം'എന്ന് വിശേഷിപ്പിക്കുന്നു. ഈ വിശേഷണം അപ്പാടെ അംഗീകരിക്കാൻ മാർക്കേസ് കൂട്ടാക്കുന്നില്ലെന്നു മാത്രമല്ല, മാർക്കേസിന്റെ എല്ലാ കൃതികൾക്കും അത് ബാധകവുമല്ല. എങ്കിലും ആവിഷ്കാരശൈലിയിൽ മാർക്കേസ് വരുത്തിയിട്ടുള്ള അത്ഭുതകരമായ ചില പരിവർത്തനങ്ങളിൽ ചിലവ മനസ്സിലാക്കാൻ ഈ പദപ്രയോഗം സഹായിക്കുന്നു. ഭ്രമകല്പനകളും സ്വപ്നരംഗങ്ങളും പറക്കുന്ന മനുഷ്യരും സംസാരിക്കുന്ന മൃഗങ്ങളും മറ്റും ചില പുരാണകഥകളിലും ഇസോപ്പു കഥകളിലും ഉള്ളതുപോലെ മാർക്കേസ് കൃതികളിലും പ്രത്യക്ഷപ്പെടുന്നതിനാലാണ് ഈ വിശേഷണം നിരൂപകർ കല്പിച്ചിരിക്കുന്നത്. വൈചിത്ര്യത്തിനുവേണ്ടി വൈചിത്ര്യം ആവിഷ്കാരശൈലിയായി അംഗീകരിക്കുന്നയാളല്ല മാർക്കേസ്. താൻ ജീവിക്കുന്ന ഭൂവിഭാഗത്തിലേയും കാലത്തിലേയും രക്തവും കബന്ധങ്ങളും മരണവും താണ്ഡവനൃത്തമാടുന്ന ഭയാനകമായ മനുഷ്യാവസ്ഥയെ തരണംചെയ്യാൻ യാഥാർഥ്യത്തെ ലക്ഷ്യബോധത്തോടെ ആവിഷ്കരിക്കുവാൻ ഉതകുന്ന ഏതു ശൈലിയും മാർക്കേസിന് അഭികാമ്യമാണ്, കൈയിൽ ഒതുങ്ങുകയും ചെയ്യും.

ഒരു ശൈലിയിൽ മാത്രമായി ബന്ധിതമാകാത്ത ആ പ്രതിഭ ഒരു പ്രമേയത്തിൽ മാത്രം ഒതുങ്ങുന്നില്ല. ഈ സമാഹാരത്തിലെ ലേഖനങ്ങൾ തന്നെ അതിന്റെ തെളിവാണ്. ഭയം, പ്രേമം, സംഗീതം എന്നാണിതിനു നൽകിയിരുന്ന പേര്. എങ്കിലും അവയ്ക്കു പുറമേ ഫുട്ബോൾ, ആകാശത്തിലെ പ്രണയം, കുട്ടികൾക്കുള്ള കഥകളെപ്പറ്റി, നോവൽ എങ്ങനെ എഴുതുന്നു, എന്നിങ്ങനെ പോകുന്നു മറ്റു വിഷയങ്ങളുടെ നീണ്ട പട്ടിക. സമഗ്രമായ മാനവിക സാമൂഹ്യ വിപ്ലവത്തിന്റെ ഒരു പ്രവാചകന് മാത്രമെ മനുഷ്യനെ സംബന്ധിക്കുന്ന സകലമാന പ്രശ്നങ്ങളിലും ഇത്രയേറെ യുക്തിഭദ്രതയും വൈകാരിക പ്രതിബദ്ധതയും നിറഞ്ഞ ലേഖനങ്ങൾ എഴുതാനാവൂ.

ഈ സമഗ്രവീക്ഷണവും വൈവിധ്യമാർന്ന പ്രതിബദ്ധതയും അദ്ദേഹത്തിന്റെ കലാസാഹിത്യ പ്രപഞ്ചത്തിലും കാണാം. 1960 കളിൽ മാർക്കേസിനെ പ്രശസ്തിയിലേക്കുയർത്തിയ *ഏകാന്തതയുടെ നൂറുവർഷങ്ങളും*(*one hundred years of solitude*) *കുലപതിയുടെ ശരത്കാലവും* (*autumn of the partriarch*) മുതൽ *കോളറക്കാലത്തെ പ്രണയവും*(*love in the time of cholera*) *ജനറൽ അയാളുടെ ഊടുവഴിക*

ളും(*general in his labyrinth*) വരെ നാം നോക്കിയാൽ കഥാരംഗത്തും ഈ അത്ഭുതപ്രതിഭ വ്യാപരിക്കുന്ന മേഖലകളുടെ വൈപുല്യവും വൈവിധ്യവും ബോധ്യമാവും. ജനറലിനെ കുറിച്ചുള്ള ഒടുവിലത്തെ പുസ്തകം 19–ാം നൂറ്റാണ്ടിലെ മഹാനായ ലാറ്റിനമേരിക്കൻ വിമോചന നായകൻ സൈമൺ ബൊളിവറിന്റെ ജീവചരിത്രത്തെ കല്പിതകഥാശൈലിയിൽ ആവിഷ്കരിക്കുന്ന ഒരു ക്ലാസിക് കൃതിയാണ്.

ദാർശനികമാനത്തോടുകൂടി സർവ്വസാധാരണമെന്ന് തോന്നുന്ന പ്രമേയങ്ങളെ അത്യാകർഷകമാംവിധം ഉപന്യസിക്കാനുള്ള മാർക്കേസിന്റെ കഴിവുകൾ ഈ സമാഹാരത്തിലെ ഓരോ കൃതിയും അനുവാചകരെ ബോധ്യപ്പെടുത്തും.

പി ഗോവിന്ദപ്പിള്ള

തിരുവനന്തപുരം,
28–3–1991

നോവൽ എങ്ങനെ എഴുതുന്നു ?

ഒരു നോവലിസ്റ്റ് ഏറ്റവും അധികം നേരിടേണ്ടിവന്നിട്ടുള്ള ചോദ്യങ്ങളിൽ ഒന്നാണ് ഇത് എന്ന് തീർച്ച. ചോദിക്കുന്ന ആളെ അനുസരിച്ച് ഇതിന് ഓരോതരം മറുപടിയും നൽകിയിട്ടുണ്ട്. ഈ ചോദ്യത്തിന് വീണ്ടും വീണ്ടും മറുപടി നൽകുന്നത് ഉപയോഗപ്രദമാണെന്ന് ഞാൻ കരുതുന്നു. വൈവിധ്യമാണ് ജീവിതത്തിന്റെ രസം എന്നതുകൊണ്ട് മാത്രമല്ല, സത്യം എന്തെന്ന് അറിയാനുള്ള സാധ്യതയും ഇതിനുള്ള മറുപടികൾ കണ്ടെത്തുന്നതിലടങ്ങുന്നുണ്ട്. ഒരു കാര്യം ഉറപ്പാണ്. നോവലിസ്റ്റുകൾ അവരോടുതന്നെയാണ് നോവലെങ്ങനെയാണ് എഴുതുക എന്ന ചോദ്യം ഏറ്റവും അധികം ചോദിച്ചിരിക്കുക. ഓരോ തവണയും ഓരോ മറുപടിയായിരിക്കും ലഭിച്ചിരിക്കുക.

തീർച്ചയായും ഈ ലോകം കൂടുതൽ സുന്ദരമാക്കുക എന്ന ലക്ഷ്യമുള്ള കലയാണ് സാഹിത്യം എന്ന് വിശ്വസിക്കുന്ന എഴുത്തുകാരെപ്പറ്റിയാണ് ഞാൻ പരാമർശിക്കുന്നത്. പണംവാരൽ ലക്ഷ്യമാക്കുന്ന കലയാണിതെന്ന് വിശ്വസിക്കുന്നവർക്ക് നോവലെഴുതുന്നത് എങ്ങനെയെന്നതിനെക്കുറിച്ച് ഗണിതശാസ്ത്രത്തിലേതുപോലെ കിറുകൃത്യമായ ഫോർമുലകൾ ഉണ്ടായിരിക്കും. അവരുടെ എഡിറ്റർമാർക്കും ഇതറിയാം. കുറച്ചുനാൾമുമ്പ് ഒരു എഡിറ്റർ, അദ്ദേഹത്തിന്റെ പ്രസാധകർ എന്തെളുപ്പത്തിലാണ് സാഹിത്യത്തിനുള്ള ദേശീയപുരസ്കാരം സംഘടിപ്പിച്ചെടുക്കുന്നതെന്ന് വിശദീകരിച്ചത് ഓർക്കുന്നു. ആദ്യം സമ്മാനാർഹമായ പുസ്തകം തിരഞ്ഞെടുക്കുന്ന ജഡ്ജിമാരാരെന്ന് സൂക്ഷ്മമായി പരിശോധിക്കുക. എന്നിട്ട് അവരെപ്പറ്റി നന്നായി പഠിക്കുക. അവരുടെ ജീവിതം, രചനകൾ, സാഹിത്യവാസന എന്നിവയൊക്കെ അപഗ്രഥനവിധേയമാക്കുക, ഈ ഘടകങ്ങളെല്ലാം ചേർത്താൽ ജഡ്ജിമാരുടെ പൊതുവാസന

വ്യക്തമാകും. "അതൊക്കെ കംപ്യൂട്ടറുകൾ ചെയ്തുകൊള്ളും" അദ്ദേഹം പറഞ്ഞു. അതു കഴിഞ്ഞാൽ ഇവർക്ക് ഏതുതരം പുസ്തകമാണ് രുചിക്കുന്നതെന്ന് മനസ്സിലാക്കാൻ കഴിയും. എന്നിട്ട് ജീവിതത്തിൽ നടന്നതിനു നേരെ വിരുദ്ധമായ രീതിയിൽ മുന്നോട്ടു പോവുക. അതായത് ഇത്തരം പുസ്തകം എവിടെയെന്ന് നോക്കുന്നതിന് പകരം, ഇത്തരം പുസ്തകം നിർമ്മിക്കാൻ കഴിവുള്ള എഴുത്തുകാരനെ— അയാൾക്ക് നിലവാരം ഉണ്ടായാലും ഇല്ലെങ്കിലും--തേടിപ്പിടിക്കുക. അയാളെക്കൊണ്ട് അത്തവണത്തെ ദേശീയ സാഹിത്യ പുരസ്കാരം നേടാൻ പറ്റിയ ഒരു കൃതി എഴുതിച്ചെടുത്താൽ പ്രശ്നം തീർന്നു. ഇത്രയും ചെയ്താൽ സമ്മാനം നേടാനുള്ള സാധ്യത 86 ശതമാനമാണെന്ന് എഡിറ്ററോട് കംപ്യൂട്ടർ പറഞ്ഞുകഴിഞ്ഞെന്നതാണ് ഞെട്ടിക്കുന്ന വസ്തുത.

അതിനാൽ എങ്ങനെയെങ്കിലും ഒരു നോവലോ, ചെറുകഥയോ എഴുതുകയല്ല പ്രശ്നം. മറിച്ച് വിറ്റുപോകാത്തതോ, സമ്മാനം കിട്ടാത്തതോ ആയാലും ആർജ്ജവത്തോടെ എഴുതുകയാണ് പ്രശ്നം. ഇതെങ്ങനെ കഴിയുമെന്നതിനാണ് ഉത്തരമില്ലാത്തത്. ഈ കടങ്കഥക്ക് ഉത്തരം കണ്ടെത്താനുള്ള ശ്രമത്തിലാണ് ഈ ലേഖകൻ തന്നെയും ഈയിടെയായി ഏർപ്പെട്ടിട്ടുള്ളത്. പകുതി പൂർത്തിയാക്കിയിട്ടിരിക്കുന്ന ചെറുകഥകളും തുടങ്ങി വെച്ച നോവലുകളും സൂക്ഷിച്ചിട്ടുള്ള മെക്സിക്കോയിലെ എന്റെ മുറിയിൽ ഈ ഗുപ്തമായ ലക്ഷ്യവുമായാണ് ഞാൻ കടന്നുചെന്നിട്ടുള്ളത്. പക്ഷെ എങ്ങനെ മുന്നോട്ടുപോകുമെന്നറിയാതെ പരുങ്ങി നിൽക്കേണ്ടിവന്നു. ചെറുകഥകളുടെ കാര്യത്തിൽ ഞാൻ പ്രയാസമില്ലാതെ തീരുമാനമെടുത്തു. അവയൊക്കെ ചവറ്റുകുട്ടയിലേക്ക് തള്ളി. ഒരു വായനക്കാരനെന്നനിലയിൽ വായിച്ചുനോക്കിയപ്പോൾ എനിക്ക് ഒരു കാര്യം ആണയിട്ടുപറയാനുള്ള ധൈര്യം—– ചിലപ്പോൾ അതുതന്നെയാകും സത്യവും--ലഭിച്ചു. ഞാനല്ല ഇവയൊക്കെ എഴുതിയത്. യൂറോപ്പിലെ ലാറ്റിനമേരിക്കക്കാരുടെ ജീവിതത്തെക്കുറിച്ച് 60-ൽ പരം ചെറുകഥകൾ എഴുതുകയെന്ന പഴയൊരു പദ്ധതിയുടെ ഭാഗമായി തയ്യാറാക്കിയവയായിരുന്നു അത്. എനിക്കുപോലും വിശ്വാസം തോന്നാത്ത കഥകളായിരുന്നു അവ. ഒരിക്കലും കൂട്ടിച്ചേർക്കാനാവരുതെന്ന ലക്ഷ്യത്തിൽ അവ തുണ്ടംതുണ്ടമായി കീറി എറിയുമ്പോൾ എന്റെ കൈവിറയ്ക്കുക പോലും ചെയ്തില്ലെന്നുപറയാനുള്ള അഹങ്കാരം എനിക്കില്ല. കൈകൾ മാത്രമല്ല, ഞാൻ ആകെ വിറച്ചുകൊണ്ടാണ് ഇത് ചെയ്തത്. അതിനു കാരണമുണ്ട്. പ്രത്യക്ഷത്തിൽ പ്രോത്സാഹജനകമെന്ന് തോന്നിപ്പിക്കുന്നതെങ്കിലും എന്നെ സംബന്ധിച്ചെടത്തോളം മനസ്സിനെത്രയും തളർച്ച ഉണ്ടാക്കുന്ന ഒരു സംഭവം ഓർത്താണ് ഞാൻ വിറച്ചുപോയത്. 1955 ജൂലൈയിൽ ഞാൻ *എൽ എസ്പക്ടഡോറി*ന്റെ പ്രത്യേക ലേഖകനായി യൂറോപ്പിലേക്ക് തിരിക്കുന്നതിന്റെ തലേന്ന് രാത്രിയിലത്തെ സംഭവമാണത്. തന്റെ മാസികയായ *മിട്ടോ*യ്ക്ക് എന്തെങ്കിലും നൽകിയിട്ട് പോകണമെന്ന് ആവശ്യപ്പെട്ട് കവി ഗയിറ്റൻ ദുറൻ ബൊഗോട്ടയിലെ എന്റെ

മുറിയിൽ വന്നു. സൂക്ഷിക്കണമെന്ന് ഞാൻ കരുതിയ കടലാസുകളെല്ലാം വളരെ നന്നായി അടുക്കിപ്പെറുക്കിവെച്ചശേഷം ആവശ്യമില്ലാത്തതെല്ലാം ചവറ്റുകുട്ടയിൽ തള്ളിയിരുന്നു. സാഹിത്യത്തോടുള്ള അടക്കാനാകാത്ത ദാഹത്തോടെയും, നിഗൂഢനിധി വല്ലതും കണ്ടെത്താനാകുമെന്ന വിശ്വാസത്തോടെയും ഗയിറ്റൻ ദുറൻ എന്റെ ചവറ്റുകുട്ടയിൽ കാര്യമായ പരിശോധന നടത്തി എന്തോ തപ്പിയെടുത്തു. "ഇത് പ്രസിദ്ധീകരിക്കാൻ പറ്റിയതാണല്ലോ" അദ്ദേഹം പറഞ്ഞു. അത് എന്തുകൊണ്ടാണ് കളഞ്ഞതെന്ന് ഞാൻ വിശദീകരിച്ചുകൊടുത്തു. എന്റെ ആദ്യനോവലായ *ലീഫ് സ്റ്റോമിൽ* ഉൾപ്പെടുത്താൻ ഉദ്ദേശിച്ച് എഴുതിയിട്ട് പിന്നെ ഉപേക്ഷിച്ച ഒരു അദ്ധ്യായമായിരുന്നു അത്. ഇതില്ലാതെ പുസ്തകം ഇറങ്ങുകയും ചെയ്തിരുന്നതിനാൽ ചവറ്റുകുട്ടയിൽ കവിഞ്ഞൊരു ബഹുമാന്യസ്ഥാനം അതിന് നൽകാനുമില്ല. ഗയിറ്റൻ ദുറൻ സമ്മതിച്ചില്ല. നോവലിന് ഈ അദ്ധ്യായം അവിഭാജ്യമായിരുന്നില്ലെങ്കിൽ തന്നെ, ഇത് മാത്രം മറ്റൊരു രചനയായി പ്രസിദ്ധീകരിക്കാൻ പറ്റിയതാണെന്നായിരുന്നു അദ്ദേഹത്തിന്റെ പക്ഷം. എനിക്ക് ഒട്ടും ബോധ്യപ്പെട്ടില്ലെങ്കിലും അദ്ദേഹത്തിന്റെ സന്തോഷത്തിന് ആ തുണ്ടങ്ങൾ ചേർത്ത് ഒട്ടിക്കാനും ഒരു ചെറുകഥയായി പ്രസിദ്ധീകരിക്കാനും ഞാൻ അനുവാദം നൽകി. "നാം എന്താണ് ഇതിനൊരു പേരുകൊടുക്കുക?" അദ്ദേഹത്തിന്റെ ചോദ്യം.അതിലെ 'നാം' എന്ന ബഹുവചനപ്രയോഗം ഒട്ടും ന്യായീകരിക്കാൻ കഴിയാത്ത ഒരു സന്ദർഭമായിരുന്നു അത്. "എനിക്ക് അറിഞ്ഞുകൂടാ" ഞാൻ പറഞ്ഞു. "കാരണം മക്കൊണ്ടോയിൽ മഴയും നോക്കിനിൽക്കുന്ന ഇസബെല്ലിന്റെ ആത്മഗതം മാത്രമാണത്". ഞാനിത് പറഞ്ഞുകൊണ്ടിരിക്കുമ്പോൾതന്നെ ഗയിറ്റൻ ദുറൻ ആദ്യപേജിന്റെ തലവാചകമായി അത് എഴുതിക്കഴിഞ്ഞിരുന്നു. *മക്കൊണ്ടോയിൽ മഴയും നോക്കിനിൽക്കുന്ന ഇസബല്ലിന്റെ ആത്മഗതം.* ഇങ്ങനെയാണ് ഏറ്റവും കൂടുതൽ നിരൂപകർ പ്രശംസിക്കുകയും ഏറ്റവും അധികം വായനക്കാർ വാഴ്ത്തുകയും ചെയ്ത എന്റെ ഒരു ചെറുകഥക്ക് പുനർജന്മം ലഭിച്ചത്. പക്ഷെ, ഈ സംഭവവും പ്രസിദ്ധീകരണയോഗ്യമല്ലെന്ന് ഞാൻ കരുതുന്ന എന്റെ രചനകളുടെ മൗലികരൂപങ്ങൾ ചവറ്റുകുട്ടയിൽ തള്ളാതിരിക്കാൻ എന്നെ പഠിപ്പിച്ചില്ല. ഒരിക്കലും കൂട്ടിച്ചേർക്കാൻ പറ്റാത്തരീതിയിൽ അവ കീറിയശേഷമേ ചവറ്റുകുട്ടയിൽ തള്ളാവൂ എന്ന് അദ്ദേഹം എന്നെ പഠിപ്പിക്കുകയും ചെയ്തു.

ചെറുകഥകൾ കീറിക്കളയുന്നത് ഒഴിവാക്കാൻ പറ്റില്ല. കാരണം ഇഷ്ടികക്കിടയിൽ കോൺക്രീറ്റ് ഇടുന്നതുപോലെയാണ് ചെറുകഥാരചന. എന്നാൽ, നോവൽ എഴുതുന്നത് ആകട്ടെ ഇഷ്ടികപാകുന്നതുപോലെയാണ്. ഇതിനർത്ഥം ചെറുകഥ ആദ്യം ശ്രമിക്കുമ്പോൾ തന്നെ ശരിയായില്ലെങ്കിൽ തുടർന്നും അതുതന്നെ നേരെയാക്കാൻ ശ്രമിച്ചാൽ ഫലമില്ല. പക്ഷെ, നോവലിന്റെ കാര്യം കുറെക്കൂടി എളുപ്പമാണ്. അത്ര പറ്റിയില്ലെന്നുതോന്നിയാൽ അതുതന്നെ ആദ്യംമുതൽ മാറ്റിയെഴുതാം.

ഈയിടെ സംഭവിച്ചത് അതുതന്നെയാണ്. ഞാൻ ഇപ്പോൾ പൂർത്തിയാക്കാതെ ഇട്ടിരിക്കുന്ന നോവലിലെ ഭാവമോ രൂപമോ ശൈലിയോ കഥാപാത്രങ്ങളുടെ വ്യക്തിത്വമോ അത്രശരിയാവില്ല. ഇവിടെയും അതിനുള്ള വിശദീകരണം പഴയതുതന്നെ. എനിക്കുപോലും അവ വിശ്വാസയോഗ്യമായി അനുഭവപ്പെട്ടില്ല. ഇതിനൊരു പരിഹാരം കണ്ടെത്തുന്നതിനായി ഞാൻ മുമ്പുവായിച്ചിട്ടുള്ള രണ്ടു പുസ്തകങ്ങൾ വീണ്ടും വായിച്ചു. സർവകലാശാല വിദ്യാർഥിയായിരുന്നപ്പോഴത്തെ നിദ്രാവിഹീനരാവുകൾക്കുശേഷം വായിക്കാൻ കഴിഞ്ഞിട്ടില്ലാത്ത ഫ്ളൊബേറിന്റെ *ലാ എഡ്യൂക്കേഷൻ സെന്റിമെന്റലെ* ആയിരുന്നു ഇതിലൊന്ന്. സംശയാസ്പദമായേക്കാമായിരുന്ന ചില സാദൃശ്യങ്ങൾ ഒഴിവാക്കാൻ മാത്രമാണാ പുസ്തകം സഹായിച്ചത്. ഒരിക്കൽ എന്റെ ആത്മാവിൽ കുത്തിയിറങ്ങിയതും ഇപ്പോഴും എനിക്ക് എത്രയും മനോഹരമായി തോന്നിയതുമായ *ഉറങ്ങുന്ന സുന്ദരിമാരുടെ വസതി*യെന്ന യാസുനാരി കാവബാത്തയുടെ കൃതിയാണ് ഞാൻ വീണ്ടും വായിച്ച രണ്ടാമത്തെ പുസ്തകം. പക്ഷെ, ഇത്തവണ എനിക്ക് ആ പുസ്തകവും ഉപകാരപ്രദമായില്ല. കാരണം വാർദ്ധക്യത്തിലെത്തിയവരുടെ ലൈംഗിക സ്വഭാവത്തെക്കുറിച്ച് പറയുകയായിരുന്നു എന്റെ ല ക്ഷ്യം. കാവബാത്തയുടെ പുസ്തകമാവട്ടെ, ജപ്പാൻകാരായ വൃദ്ധരുടെ ലൈംഗികസ്വഭാവത്തെക്കുറിച്ചുള്ളതാണ്. ജപ്പാൻകാരുടെ മറ്റെല്ലാ കാ ര്യങ്ങളും പോലെ ഇക്കാര്യവും മറ്റുള്ളവരിൽ നിന്നൊക്കെ തികച്ചും വ്യത്യസ്തമാണ്. ചുരുങ്ങിയപക്ഷം കരീബിയൻ ദ്വീപുകാരായ വൃദ്ധരുടെ ലൈംഗിക സ്വഭാവത്തിൽ നിന്ന് തീർച്ചയായും വ്യത്യസ്തമാണ്. വീട്ടിൽ മക്കളുമൊത്ത് അത്താഴം കഴിക്കുമ്പോൾ ഞാൻ ഈ പ്രശ്നം അവതരിപ്പിച്ചു. അപ്പോൾ ഏറ്റവും പ്രായോഗികബുദ്ധിയുള്ള എന്റെ മകൻ പറഞ്ഞു: "കുറച്ചു വർഷം കൂടി കാത്തിരിക്കു അച്ഛാ. സ്വന്തം അനുഭവത്തിൽ നിന്നുതന്നെ അതു മനസ്സിലാക്കാൻ കഴിയുമല്ലോ" കലാകാരനായ എന്റെ രണ്ടാമത്തെ മകൻ കൂടുതൽ മൂർത്തമായ നിർദ്ദേശമാണ് വെച്ചത്. '*യുവ വെർതറിന്റെ ദുഃഖങ്ങൾ* വീണ്ടും വായിക്കുക'. തമാശയുടെ നേരിയ സൂചനപോലുമില്ലാതെയാണ് അവൻ പറഞ്ഞത്. ഞാൻ അപ്രകാരം ചെയ്യുകയും ചെയ്തു. അനുസരണശീലമുള്ള ഒരച്ഛനായതുകൊണ്ടല്ല, ഗെയ്ഥെയുടെ ആ പ്രശസ്തമായ നോവൽ എനിക്ക് ഉപകാരപ്രദമാകുമെന്ന് തോന്നിയതുകൊണ്ടുതന്നെ. പക്ഷെ, ആദ്യം വായിച്ചപ്പോൾ ഉണ്ടായതുപോലെ അവന്റെ ശോച്യമായ ആ ശവസംസ്കാരത്തെപ്പറ്റി വായിച്ച് ഞാൻ കരഞ്ഞില്ല. എന്നാൽ എട്ടാമത്തെ കത്തിനപ്പുറം വായിക്കാൻ എനിക്ക് കഴിഞ്ഞില്ല. തന്റെ ഏകാന്തമായ മുറിയിൽ സന്തോഷത്തോടെതന്നെ കഴിയാനാരംഭിച്ചതിനെക്കുറിച്ച് ആ പീഡിതനായ യുവാവ് സുഹൃത്ത് വിൽഹെമിനെ അറിയിക്കുന്നതാണാ കത്ത്. ഈ സ്ഥിതിയിലെത്തിയതുകൊണ്ടുതന്നെയാണ് ആരെക്കണ്ടാലും ഈ ചോദ്യം ചോദിക്കാതിരിക്കാൻ ഞാൻ പണിപ്പെട്ടത്. "പറയു, സുഹൃത്തേ,

എങ്ങനെയാണ് ഒരു നോവലെഴുതുന്നത്".

ഇനിപറയുന്ന ഈ സംഭവം ഞാനൊരു പുസ്തകത്തിൽ വായിച്ചതാണോ, സിനിമയിൽ കണ്ടതാണോ, അതോ ആരോപറഞ്ഞ യഥാർഥ സംഭവമാണോ എന്ന് എനിക്ക് വ്യക്തമായി ഓർമ്മയില്ല. ഒരു നാവിക ഉദ്യോഗസ്ഥൻ തന്റെ യുദ്ധക്കപ്പലിലെ മുറിയിലേക്ക് കാമുകിയെ ഒളിച്ചു കടത്തി. എത്രയും അസൗകര്യപൂർണ്ണമായ ആ മുറിക്കുള്ളിൽ നിരവധി വർഷങ്ങൾതന്നെ ആരുമറിയാതെ അവർ സുഖമായി കഴിഞ്ഞത്രേ. ഈ മനോഹരമായ കഥയുടെ കർത്താവാരാണെന്ന് ആർക്കെങ്കിലും അറിയുമെങ്കിൽ എന്നെ അറിയിക്കാൻ അപേക്ഷ. ഞാൻ ഒട്ടേറെ പേരോട് ചോദിച്ചിട്ടും ആർക്കും ഇക്കാര്യമറിയില്ല. അതുകൊണ്ട് ഇത് ഞാൻതന്നെ എപ്പോഴോ മെനഞ്ഞെടുത്തിട്ട് അക്കാര്യം മറന്നുപോയതാണോ എന്നുവരെ സംശയിച്ചു തുടങ്ങിയിട്ടുണ്ട്, നന്ദി.

ആകാശത്തെ പ്രണയം

അധികാരംപോലെ കാമോദ്ദീപകമാണ് യാത്രയും. നാവികരുടെ ഡയറികൾ സത്യം പൂർണ്ണമായോ, സത്യത്തിലും ഉയർന്ന മറ്റെന്തെങ്കിലുമോ പറഞ്ഞിരുന്നെങ്കിൽ നിരോധിക്കപ്പെട്ട സാഹിത്യത്തിന്റെ ഒന്നാംതരം ഉദാഹരണങ്ങളാകുമായിരുന്നു. അതുകൊണ്ടുതന്നെയാണ് യാത്രക്കപ്പലുകളുടെ ഡെക്കുകളിൽ എപ്പോഴും വിളക്കുകൾ തെളിഞ്ഞുകിടക്കുന്നത്. എവിടെയും ഇരുട്ടിന്റെ പൊടിപോലും ഉണ്ടാകില്ല. അതിനാൽ വിനോദസഞ്ചാരവിദഗ്ധർ ഉല്ലാസയാത്രക്കപ്പലുകളിൽ പോകുന്നവർക്ക് —-പ്രത്യേകിച്ചും കരീബിയൻ കടലിലേക്ക്–— നൽകാറുള്ള ഒരു ഉപദേശം ബൾബുകൾ തല്ലിപ്പൊട്ടിക്കാൻ പറ്റിയ ഇരുമ്പുപകരണങ്ങൾ കയ്യിൽ കരുതണമെന്നതാണ്.

പ്രശസ്തമായ യൂറോപ്യൻ തീവണ്ടികൾ, ഉരുളുന്ന സുഖവാസ വസതികളായാണ് അറിയപ്പെട്ടിരുന്നത്.

തെളിയിക്കപ്പെടാത്ത പല കുറ്റകൃത്യങ്ങൾക്കും ചാരൻമാരുടെ ഒളിസങ്കേതത്തിനും പേരുകേട്ട ഓറിയന്റ് എക്സ്പ്രസ് എന്ന നിശാസ്വർഗത്തിലെ ഏതു രാഷ്ട്രത്തിന്റേതെന്ന് പറയുകപോലും വയ്യാത്ത കിടപ്പറകളിലാണ് പിന്നീട് കിരീടധാരികളായ മൂന്ന് പേർ ഗർഭജാതരായത്. അതുകൊണ്ടുതന്നെയാണ് മെക്സിക്കോസിറ്റി തീവണ്ടികളിൽ പട്ടാപ്പകൽ യാത്രയ്ക്ക് സ്ത്രീകൾക്കും പുരുഷന്മാർക്കും ഉള്ള കംപാർട്മെന്റുകൾ വെവ്വേറെയായി തിരിക്കേണ്ടിവന്നത്. ഏറ്റവും തിരക്കു കുറഞ്ഞ സമയങ്ങളിൽ ഈ നിയമം ബാധകമാക്കീട്ടുമില്ല.

എന്നാൽ, ഒട്ടനവധി വർഷങ്ങളായി വിമാനങ്ങൾ പ്രണയത്തിന് വിലക്കുകൽപ്പിച്ച ഇടങ്ങളായി കരുതപ്പെട്ടിരുന്നു. സീറ്റ് ബെൽറ്റ്പോലും ചാരിത്ര്യ സംരക്ഷണ ബെൽറ്റിനുപകരമുള്ള ഒന്നായി തോന്നിയിരുന്നു. ഈ പീഡനാവസ്ഥയോടുള്ള പ്രതികരണമായിട്ടാവാം എയർ ഹോസ്റ്റ

സുമാരെക്കുറിച്ച് അൽപം മോശമായിട്ടുള്ള കഥകൾ പ്രചരിപ്പിക്കപ്പെട്ടത്. ഇവരെപ്പറ്റി യുവഭാവനകളിൽ വിരിഞ്ഞ എന്തെല്ലാം കഥകളാണുള്ളത്.

കുറച്ചുവർഷം മുമ്പാണ്, ബാരൻകിലയിൽ ഒരു കഥപരന്നു. നഗരത്തിലെ ഏറ്റവും പരിഷ്കൃതമായ മേഖലയിൽ ഒരു വേശ്യാഗൃഹം തുറന്നെന്നും അന്താരാഷ്ട്ര വിമാനക്കമ്പനികളിലെ ഏറ്റവും മനോഹരികളായ എയർഹോസ്റ്റസുമാർ അവിടെ ലഭ്യമാണെന്നുമായിരുന്നു കഥ. ഞങ്ങളെല്ലാവരും ആ രാത്രിതന്നെ അവിടേക്ക് കുതിച്ചു. തന്റെ മന്ത്രിസഭാംഗങ്ങളുമായെത്തിയ ഗവർണർ മുതൽ ഏറ്റവും താണ വരുമാനക്കാരായ പത്രപ്രവർത്തകർ വരെ. അതിസുന്ദരികളുടെ ഒരു സംഘത്തെ ഞങ്ങൾ അവിടെ കണ്ടുമുട്ടുകയും ചെയ്തു. ഇവർ ഓരോരുത്തരും വിവിധ അന്താരാഷ്ട്ര വിമാനക്കമ്പനികളുടെ മുദ്ര പതിച്ച യൂണിഫോമുകളും ധരിച്ചിരുന്നു.സ്വീഡന്റെ എസ് എ എസ്, ജർമനിയുടെ ലുഫ്താൻസ, അമേരിക്കയുടെ പാൻ അമേരിക്ക തുടങ്ങിയ കമ്പനികളിലെ എയർഹോസ്റ്റസുമാരുടെ യൂണിഫോമുകൾ. ഈ മഹാനുണ സത്യമാണെന്ന് വിശ്വസിക്കാൻ ആഗ്രഹിച്ച ഞങ്ങളെല്ലാവരും ഈ പെൺകുട്ടികളെല്ലാം ഞങ്ങളുടെതന്നെ നാട്ടുകാരികളാണെന്നും, യാതൊരു പിഴവുമില്ലാതെ പിലാർ തെർനേറയുടെ സ്വപ്നഫാക്ടറിയുടെ വിശദീകരിക്കാൻ വിഷമമായ ലയഭംഗിയോടെ സ്പാനിഷ്ഭാഷ പറയുന്നവരാണെന്നും മനസിലാക്കി, എങ്കിലും ഞങ്ങൾ ഈ വസ്തുതകൾ കണ്ടില്ലെന്നുതന്നെ നടിച്ചു.

വിമാനത്തിനുള്ളിലും ലൈംഗികബന്ധത്തിലേർപ്പെടാമെന്ന് ഞാൻ ആദ്യമായി കേൾക്കുന്നതും ബാരൻകിലയിൽവെച്ചാണ്. തഴക്കംചെന്ന ഒരു ജർമൻ വൈമാനികനാണ് ഒരിക്കൽ നാരങ്ങാ അല്ലി ചേർത്ത വൈറ്ററം കുടിച്ചുകൊണ്ടിരിക്കുമ്പോൾ ഇക്കാര്യം എന്നോട് പറഞ്ഞത്. പ്രൊപ്പല്ലറുകളില്ലാതെ വിമാനം എങ്ങനെ പറക്കുമെന്ന് ബോധ്യപ്പെടാൻ കഴിയാത്തതിനാൽ, ജറ്റ് യന്ത്രങ്ങൾ കണ്ടുപിടിച്ചപ്പോൾ ജോലിയിൽ നിന്ന് വിരമിച്ചതാണ് ഈ വൈമാനികൻ. കോൺസ്റ്റലേഷൻസ് എന്ന കമ്പനിയുടെ യാത്രാവിമാനങ്ങളിൽ തീവണ്ടിമുറികളിലെപോലെ മടക്കുകയും തുറക്കുകയും ചെയ്യാവുന്ന മെത്തസീറ്റുകൾ ഉണ്ടെന്ന് അദ്ദേഹം പറഞ്ഞാണ് ഞാനറിഞ്ഞത്. ഉറങ്ങാനായി ഈ സീറ്റുകൾ ബുക്ക് ചെയ്ത യാത്രക്കാർ അവയിലെന്താണ് ചെയ്യുന്നതെന്ന് ആരും ചോദിച്ചിരുന്നില്ല. വാസ്തവത്തിൽ കോൺസ്റ്റലേഷൻസിന്റെ സ്ഥാപകൻ ഹൊവാർഡ് ഹൂഗ്സ് ആണ് ഈ സീറ്റുകൾ രൂപകല്പന ചെയ്തത്. തന്റെ സ്വകാര്യ ആവശ്യങ്ങൾക്കായിട്ടായിരുന്നു ഹ്യൂഗ്സ് ഇങ്ങനെ രൂപകൽപന ചെയ്തതത്രെ. പറക്കുന്ന വിമാനത്തിനുള്ളിലുള്ള ചലച്ചിത്രതാരങ്ങളുമായിട്ടുള്ള ലൈംഗിക കേളികൾ ചലച്ചിത്രത്തിൽ പകർത്താൻ സംവിധായകർക്ക് ധൈര്യം ഉണ്ടായത് പിന്നെയും വർഷങ്ങൾ കഴിഞ്ഞാണ്. 'ഇമ്മാനുവല്ലെ' എന്ന ചിത്രത്തിലായിരുന്നു ഇതാദ്യം. പക്ഷെ, ചിത്രത്തിലെ പ്രകടനത്തിന്റെ ദയനീയമായ നിലവാരം കണ്ടാൽ ഇക്കാര്യം വിമാനത്തിനുള്ളിൽ ബുദ്ധിമുട്ടാണെന്നതിന്റെ തെളിവാണെന്നേ തോന്നൂ.

പക്ഷെ, ഇന്ന് സ്ഥിരം ജെറ്റ് യാത്രയിലേർപ്പെടുന്ന വമ്പന്മാർക്കൊക്കെ

വിമാനത്തിനുള്ളിലെ ഇത്തരം ക്രിയകൾ സാധാരണ ജീവിതചര്യയുടെ ഭാഗമെന്നപോലെ സ്വഭാവികമായിരിക്കുകയാണ്. തറയിൽ നിന്ന് ഒരു മൈൽ എങ്കിലും മുകളിൽവെച്ച് ലൈംഗികബന്ധം നടത്തിയവർക്ക് മാത്രം അംഗത്വം നൽകുന്ന ഒരു ക്ലബ്ബുണ്ട് അമേരിക്കയിൽ —മൈൽ ഹൈ ക്ലബ്ബ്. ഈ ക്ലബ്ബിൽ ധാരാളം അംഗങ്ങളുമുണ്ട്. ഇതിലെ അംഗങ്ങളെല്ലാവരും സമ്മതിക്കുന്ന ഒരു കാര്യം, മറ്റ് പല സന്ദർഭങ്ങളിലുമെന്നപോലെ ഒന്ന് തുടങ്ങിക്കിട്ടുകയാണ് ഏറ്റവും വിഷമകരം എന്നതാണ്. ലോസ് ആഞ്ചലസിൽ നിന്ന് മിയാമിയിലേക്കോ ന്യൂയോർക്കിലേക്കോ ഒരു പാതിരാവിമാനമുണ്ട്, അതിന്റെ പേര് തന്നെ അർഥദ്യോതകമാണ്--ചുവന്ന കണ്ണുകളുടെ എക്സ്പ്രസ്. ഇതിലെ ഏഴ് മണിക്കൂർ നീളുന്നയാത്രയിൽ നിരോധിക്കപ്പെട്ട ഒരേയൊരു കാര്യം ഉറക്കമാണ്. ഒരു രാത്രിയിലെ ബഹളത്തിന് ശേഷം ഇതിലെ യാത്രക്കാർ ഉറക്കമൊഴിച്ചതുമൂലമുള്ള ചുവന്നു കലങ്ങിയ കണ്ണുകളുമായി തങ്ങളുടെ ലക്ഷ്യസ്ഥാനത്തെത്തിച്ചേരുന്നു.

എത്രയും കുറഞ്ഞനിരക്കിനുള്ള ടിക്കറ്റ് എന്നതിന് പുറമേ ചുവന്ന കണ്ണുകളുള്ള എക്സ്പ്രസ്സും മറ്റ് സാധാരണ വിമാനങ്ങളും തമ്മിലുള്ള വ്യത്യാസം, ആദ്യം പറഞ്ഞ വിമാനത്തിൽ യാത്രക്കാരെ നിരീക്ഷിക്കാൻ ആരും ഇല്ലെന്നതാണ്. ആകെയുള്ള ഉദ്യോഗസ്ഥർ പൈലറ്റുകൾ മാത്രം. അവരാകട്ടെ കോക്ക്പിറ്റിൽ കയറി താഴിട്ട് ഇരിക്കുന്നു. തങ്ങളുടെ തന്നെ കണ്ടുപിടിത്തത്തിന്റെ പ്രലോഭനങ്ങൾക്ക് അവരും വഴങ്ങിപോകാതിരിക്കാൻ വേണ്ടിയാകണമിത്. യാത്രക്കാർ തന്നെ തങ്ങൾക്കാവശ്യമായ ഭക്ഷണം, പാനീയം, മരുന്നുകൾ, സംഗീതം എന്നിവ കൊണ്ടുവരുന്നു. തങ്ങളുടെ ശരീരത്തിന്റെയും മനസ്സിന്റെയും മേൽനോട്ടക്കാർ അവരവർ തന്നെ. മറ്റു വാക്കുകളിൽ പറഞ്ഞാൽ യാത്രക്കിടയിൽ മറ്റൊരുല്ലാസയാത്ര.

'ചുവന്ന കണ്ണുകളുടെ എക്സ്പ്രസ്സിൽ' ആരും അന്യോന്യം താങ്കളാരാണെന്നോ എവിടെനിന്നാണ് വരുന്നതെന്നോ അന്വേഷിക്കാറില്ല. വിളക്കുകൾ കത്താത്ത ആ ബാബിലോണിയൻ വിമാനങ്ങളിലെപ്പോലെ ഏറ്റവും കുറച്ചു സംഭവിക്കുന്നത് 'സെക്സ്'ആണ്.

ഇക്കാര്യങ്ങളൊക്കെ സംസാരിക്കുമ്പോൾ സാധാരണ വരുത്താറുള്ള ഒരു തെറ്റ് വിമാനത്തിലെ മൂത്രപ്പുരയിലെ സൗകര്യങ്ങളെക്കുറിച്ച് ആലോചിക്കുക എന്നതാണ്. എന്നാൽ പ്രമുഖവിമാനക്കമ്പനികളുടെ വിമാനങ്ങളിലെ വിവിധതരം മൂത്രപ്പുരകളിൽവെച്ച് ഏതൊക്കെ മെയ്യഭ്യാസതുല്യമായ മാർഗങ്ങളിലൂടെ ലൈംഗികബന്ധത്തിലേർപ്പെടാമെന്ന് വിശദമായി വിവരിച്ചുതരുന്ന സചിത്രഗ്രന്ഥംപോലും ഉണ്ടെന്നതാണ് സത്യം. ഇക്കാര്യം സാധിക്കുന്നതിനുള്ള 162 വ്യത്യസ്ത പാശ്ചാത്യനിലകൾ ഇതിൽ കൊടുത്തിട്ടുണ്ട്. പ്രായത്തിന്റെയും വാസനയുടെയും ഭേദമനുസരിച്ച് ഓരോ നിലയിലും എങ്ങനെ വീഴാതെയും മറിയാതെയും നില്ക്കാമെന്നും ഗ്രന്ഥം വിവരിക്കുന്നു. വിമാനത്തിലെ കക്കൂസിലിരിക്കുമ്പോൾ നാം വീണുപോകാതെ പിടിക്കാൻ ഉപയോഗിക്കുന്ന പിടിക്കുപോലും മറ്റ് 74 ഉപയോഗങ്ങളുണ്ടത്രേ.

മോട്ടോർ കാറിനേക്കാൾ പ്രത്യുൽപ്പാദനപരമായ ഉപയോഗം വിമാന

ത്തിലെ മൂത്രപ്പുരകൾക്കുണ്ടെന്നാണിതിന്റെ അർഥം--മോട്ടോർ കാറിനുള്ളിൽ, ഏറെയും അവ ഓടിക്കൊണ്ടിരിക്കുമ്പോൾ തന്നെ ജനിക്കുന്ന, ബുദ്ധിയുള്ള, യാതൊരു ഒടിവും ചതവുമില്ലാത്ത കുട്ടികളുടെ എണ്ണം കൂടിക്കൊണ്ടിരിക്കുകയാണെന്ന് സ്ഥിതിവിവരണക്കണക്കുകൾ കാണിക്കുന്നുണ്ടെങ്കിലും. എന്തായാലും നമ്മുടെ സെനറ്റർമാർ കിടക്കകളെന്ന പോലെ തന്നെ പതിവായി ലൈംഗികബന്ധത്തിന് ഉപയോഗിക്കുന്നതാണ് വിമാനങ്ങളിലെ മൂത്രപ്പുരകൾ എന്നതാണ് വിദഗ്ധരുടെ പക്ഷം.

ഇരട്ടസീറ്റുകളെ വേർതിരിക്കുന്ന കൈതാങ്ങി ഉയർത്തിവെച്ചാൽ മതി, പിന്നെ ഈ സീറ്റ് ലൈംഗികബന്ധത്തിന് ഏറ്റവും അനുയോജ്യമായിത്തീരുകയായി. നമ്മുടെ പീഡിതനായ മിസ്റ്റർ യൂണിവേഴ്സ് അർനോൾഡ് ഷ്വാർസെനഗർ— അദ്ദേഹത്തിന് വേറെശൈലിയാണ് പഥ്യം എന്ന് കേട്ടിരുന്നു— ഒരിക്കൽ അല്പം കടന്നരീതിയിൽ തന്നെ ഒരു പ്രദർശനം നടത്തി. മൂന്ന് വർഷം മുമ്പ് ലോസ് ആഞ്ചലസിൽ നിന്ന് ന്യൂയോർക്കിലേക്ക് ഒരു രാത്രിവിമാനത്തിൽ പറക്കുകയായിരുന്നു അദ്ദേഹവും കാമുകിയും. രാത്രി ഒരു നിമിഷംപോലും കാമുകിയെ ഉറങ്ങാൻ ഷ്വാർസെനഗർ അനുവദിച്ചില്ലത്രേ. മിസ്റ്റർ യൂണിവേഴ്സിനെ പരിചരിക്കാൻ മാത്രമായി നിയോഗിക്കപ്പെട്ടിരുന്ന എയർഹോസ്റ്റസ് പിന്നീട് പത്രലേഖകരോട് പറഞ്ഞു. "യാത്രയിലുടനീളം അവരുടെ പാദങ്ങളല്ലാതെ മറ്റൊന്നും എനിക്ക് കാണാൻ കഴിഞ്ഞിരുന്നില്ല."

ഇതൊക്കെക്കാരണം വിമാനത്തിൽ യാത്രചെയ്യാൻ ഭയമുള്ളവർക്കുള്ള ഏക പോംവഴി യാത്രചെയ്യുമ്പോൾ ലൈംഗികബന്ധത്തിലേർപ്പെടുകയാണെന്ന് അലിക്കാന്റെയിലെ എന്റെ വായനക്കാരൻ എനിക്ക് ഒരു കത്തിൽ എഴുതിയിരുന്നത് വളരെ ശരിയാണെന്ന് തോന്നുന്നു. വാസ്തവത്തിൽ ശാസ്ത്രജ്ഞർപോലും പറയുന്നത് ഏറ്റവും മികച്ച ഉറക്കമരുന്ന് സുരതം ആണെന്നാണ്. പിന്നെ ഒന്നാലോചിച്ചാൽ ലൈംഗികബന്ധം വിമാനത്തിൽ നിരോധിച്ചിട്ടുള്ള കാര്യമല്ലെന്നും മനസ്സിലാകും. വിമാനം ഇറങ്ങുമ്പോഴും ഉയരുമ്പോഴും പുകവലി നിരോധിച്ചിട്ടുണ്ട്. വിമാനത്തിനുള്ളിലെ ചിലയിടങ്ങളിലും, പ്രത്യേകിച്ച് മൂത്രപ്പുരകളിൽ, പുകവലി നിരോധിച്ചിരിക്കുകയാണ്. ഇക്കാര്യം ഒരു കാരണവശാലും ശ്രദ്ധിക്കാതെ പോകാതിരിക്കാനാണ് മൂത്രപ്പുരകളിൽ ഇതെഴുതിവെച്ചിരിക്കുന്ന ബോർഡിലെ ലൈറ്റ് എപ്പോഴും അണയുകയും തെളിയുകയും ചെയ്തുകൊണ്ടിരിക്കുന്നത്. ഇതിനാലാണ്, ലൈംഗികബന്ധം നിരോധിക്കപ്പെട്ടിട്ടുണ്ടെങ്കിൽ ഇക്കാര്യമറിയിച്ചുകൊണ്ട് മേൽപറഞ്ഞതരം ബോർഡുകൾ വിമാനത്തിൽ സൂക്ഷിക്കുമായിരുന്നെന്ന് കരുതിപ്പോകുന്നത്. മാത്രമല്ല, രാത്രിയിലെ യാത്രയിൽ പലപ്പോഴും ഭയമകറ്റാൻ വേണ്ടി ടിക്കറ്റിന്റെ പിന്നിൽ അതിസൂക്ഷ്മമായ അക്ഷരങ്ങളിൽ എഴുതിയിരുന്ന യാത്രാനിയമങ്ങൾ ഞാൻ ശ്രദ്ധിച്ച് വായിച്ചിട്ടുണ്ട്. അതിലും സ്വാഭാവികമായ ഒരു പ്രവർത്തനത്തിനും വിലക്കുള്ളതായി പറയുന്നില്ല. അതുകൊണ്ട് നിങ്ങൾ ഇതുവരെ അത് ചെയ്തിട്ടില്ലെങ്കിൽ, ഒരു തെറ്റിദ്ധാരണമൂലം മാത്രമാണ്. അതുകൊണ്ട് ധൈര്യമായി മുന്നോട്ടുപോകുക. യാത്രാമംഗളങ്ങൾ.

പ്രേമം ഒരു കരൾ രോഗം

ഈയിടെ എനിക്ക് ഹ്രസ്വമെങ്കിലും മൂർച്ചയും വകതിരിവുമുള്ള ഒരു കത്ത് ലഭിച്ചു. ഈ കത്തിന്റെ എഴുത്തുകാരിയുടെ പൂർണ്ണനാമം, കത്തിലെ ഇരുപതുവരികളിലെ ഒഴുക്ക്, സ്പഷ്ടത, അതിന്റെ ആധികാരികതക്ക് തെളിവായ മുദ്ര, കഴിഞ്ഞ നൂറ്റാണ്ടിലെപോലെ അല്പം കാല്പനികവും വൈകാരികവുമെങ്കിലും വളരെ വ്യക്തമായ സ്ത്രൈണ വ്യക്തിത്വത്തിന് സവിശേഷമായ ഭേദഭാവങ്ങൾ എന്നിവയൊക്കെ കത്തിലെ വിഷയം പരിഗണിക്കാൻ എന്നെ നിർബന്ധിതനാക്കുന്നു. എത്രയും സന്തോഷത്തോടെ തന്നെയാണ് ഞാനത് ചെയ്യുന്നതും. പക്ഷെ സ്ഥല പരിമിതിമൂലം ഹ്രസ്വമായി മാത്രമേ കഴിയൂ എന്ന് മാത്രം.

ഈ കത്ത് അതിന്റെ സ്വഭാവംകൊണ്ട് ഒരു പ്രത്യേകവിഭാഗത്തിൽ ഉൾപ്പെടുത്തണമെന്ന് നിർബന്ധിച്ചാൽ, ദാർശനിക ജാടകളുള്ള ഒരു കത്താണതെന്ന് ഞാൻ പറയും. പക്ഷെ അതിനേക്കാൾ രസകരമായ സവിശേഷതകൾ ഇതിനുണ്ട്. ആധുനികാർഥത്തിലുള്ള ഒരു കാവ്യാത്മകത— അങ്ങനെയൊന്നുണ്ടെങ്കിൽ— ഇത് ഉൾക്കൊള്ളുന്നു. അത് ഈ കത്തെഴുതിയ വ്യക്തിയുടെ ആത്മാർഥതയും ഉത്തമവിശ്വാസവും വെളിപ്പെടുത്തുകയും ചെയ്യുന്നു. ഒരിക്കലും ഡോണ ഇസബെൽ*— താങ്കളുടെ മുഴുവൻപേര് വെളിപ്പെടുത്താത്തതിന്റെ വിവേകം പൊറുക്കുമെന്നു വി ശ്വസിക്കുന്നു. —ഈ കത്തെഴുതിയത് എന്നെ വിഷമിപ്പിക്കുകയെന്ന ഏകവും ഒട്ടും മൗലികമല്ലാത്തതുമായ ലക്ഷ്യത്തോടെയാണെന്ന് ഞാൻ കരുതിയിട്ടില്ല. ഡോണ ഇസബെല്ലിന്റെ അഭിപ്രായത്തിൽ പ്രേമം എന്ന അപായകരവും ലോലവുമായ വികാരത്തെക്കുറിച്ചുള്ള ആത്മാർഥമായ

---

*സ്പാനിഷ് ഭാഷയിൽ സ്ത്രീകളെ പരാമർശിക്കുമ്പോൾ ബഹുമാനപൂർവം പ്രയോഗിക്കുന്ന വിശേഷണം

ഒരു വ്യാഖ്യാനമാണീ കത്തിലെ ഉള്ളടക്കം. തന്റെ സിദ്ധാന്തത്തെക്കുറിച്ച് ഒരു സാധാരണക്കാരന്റെ അഭിപ്രായമെന്തന്നറിയുക മാത്രമായിരുന്നു ഡോണാ ഇസബെല്ലിന്റെ ലക്ഷ്യമെന്ന് ഞാൻ കരുതുന്നു. അതുകൊണ്ട് ഒരു പത്രപ്രവർത്തകനായ എന്റെ മുമ്പിൽ അവ അവതരിപ്പിക്കാമെന്ന് അവർ കരുതിയിരിക്കണം. ഒരുപക്ഷെ എന്നെ വ്യക്തിപരമായി പരിചയമില്ലാത്തതുകൊണ്ടോ അല്ലെങ്കിൽ ഏറ്റവും എളുപ്പത്തിൽ എന്റെ മേൽവിലാസം ലഭിച്ചതുകൊണ്ടോ ആകണം ഡോണ ഇസബെൽ കത്ത് എനിക്ക് അയച്ചത്. ഈ വിചിത്രവും അത്ഭുതകരവുമായ അനുവർത്തനത്തിന് ഇതല്ലാതെ മറ്റൊരു വിശദീകരണം എനിക്ക് തോന്നുന്നില്ല.

ഡോണ ഇസബെൽ മുന്നോട്ടുവെച്ച സിദ്ധാന്തത്തിന്റെ രത്നച്ചുരുക്കം ഇതാണ്:'എന്റെ അഭിപ്രായത്തിൽ പ്രേമം ഒരു കരൾ രോഗമാണ്.' കത്തിൽ പറയുന്നു 'ആത്മഹത്യ തുടങ്ങിയ മാരകഫലങ്ങളുള്ള ഒരു രോഗം.' കത്ത് തുടരുന്നു. 'ആണിനായാലും പെണ്ണിനായാലും പ്രണയമെന്ന വികാരം തുടങ്ങുന്നത് പോഷകാഹാരക്കുറവുകൊണ്ടോ, അല്ലെങ്കിൽ അമിത പോഷകാംശമുള്ള ഭക്ഷണശീലംകൊണ്ടോ ആകാം.' നിരാശാജനകമായ ദൃഢതയോടെ അവർ അവസാനമെഴുതുന്നത് ഇങ്ങനെയാണ്; 'പ്രണയം സംബന്ധിച്ച ഏറ്റവും മോശപ്പെട്ട വസ്തുത പ്രകടനപരത, വിഡ്ഢിത്തം, പ്രദർശനപരത എന്നിവയുമായി അതിനുള്ള അടുത്ത ബന്ധമാണ്. പക്ഷെ ഈ വികാരത്തിന്റെ പ്രത്യക്ഷമായ ആവിഷ്കാരങ്ങളാകെ എത്രയും ഉദാത്തമായിട്ടായിരിക്കും ഈ രോഗം പിടിച്ചവർക്ക് തോന്നുക.'

എന്തായാലും വിവേകശാലിയായ ഡോണ ഇസബെൽ ഇക്കാര്യങ്ങളിലൊക്കെ സുപ്രധാനമായ ഒരു വിശദാംശവും നൽകിയിട്ടില്ല. ഈ വിഷയത്തിൽ ചിന്തിക്കുന്നവർ നേരത്തെ തന്നെ ഇക്കാര്യം ആലോചിച്ചു കാണണം. ഡോണ ഇസബെല്ലിന് എത്ര വയസ്സായിരിക്കണം. ഒന്നുകിൽ 17 അല്ലെങ്കിൽ 45 എന്നാണെന്റെ ഊഹം. അവർക്ക് 22 വയസ്സാകാൻ ഒരു സാധ്യതയും ഇല്ല. അതായത് ഒന്നുകിൽ പ്രേമത്തെ ഭയപ്പെടുന്ന ഒരു കൗമാരക്കാരിയായിരിക്കണം അവർ. അതല്ലെങ്കിൽ വർഷങ്ങൾക്കുമുമ്പേ ഈ ഭയത്തിൽ നിന്ന് കരകയറിയ, പ്രണയത്തെക്കുറിച്ച് ചിന്തിക്കുന്നതിന് ആവശ്യമായത്ര ധൈര്യം ഉള്ള, പ്രണയത്തിൽ പെട്ടുപോകുകയെന്ന അപകടമില്ലാത്തതിനാൽ ചില സ്വാതന്ത്ര്യങ്ങൾ അനുഭവിക്കുന്ന ഒരു വൃദ്ധകന്യകയായിരിക്കണം. എന്തായാലും, അവർ എല്ലാം നല്ലതിനെന്ന വി ശ്വാസത്തിൽ ഏത് ഉത്തരവാദിത്വവും ഏറ്റെടുക്കാൻ ധൈര്യമുള്ള 22 വയസ്സെന്ന നിറഞ്ഞ പ്രായത്തിലുള്ള ഒരു സുന്ദരിയാകാൻ യാതൊരു സാ ധ്യതയും കാണുന്നില്ല. തന്റെ കത്തിൽ വ്യക്തമാക്കുന്നതുപോലെ വിവേകമതിയായ ഡോണ ഇസബെൽ ഇക്കാര്യം മനസ്സിലാക്കുമെന്ന് ഞാൻ കരുതുന്നു.ഞാൻ ഒരു ഊഹമാണ് നടത്തുന്നത്. തീർച്ചയായും എനിക്ക് തെറ്റുപറ്റിയിരിക്കാം. ഞാൻ ഉദ്ദേശിക്കുന്നതുപോലെ

ശരിക്കും അവർ പൊയ്പ്പോയ 45 ശരത്കാലങ്ങൾ പിന്നിട്ട ഏകാകിയായ ഒരു സ്ത്രീയാണെങ്കിൽ അവരുടെ വേദന പങ്കിടാൻ തയ്യാറാണെന്ന് ഞാൻ ആത്മാർഥതയോടെ വാഗ്ദാനം ചെയ്യുന്നു. വിവേകമതിയായ ഈ എഴുത്തുകാരിയുടെ ആധിപിടിപ്പിക്കുന്ന സിദ്ധാന്തങ്ങളെക്കുറിച്ചുള്ള എന്റെ സ്വന്തം അഭിപ്രായം ഞാൻ പിന്നീടൊരിക്കൽ ചർച്ചചെയ്യാം. ചിലപ്പോൾ പ്രണയമൊരു കരൾരോഗം എന്ന അവരുടെ അഭിപ്രായം ശരിയാണെന്ന് വന്നാലും അത്ഭുതപ്പെടാനില്ല. അങ്ങനെയാണെങ്കിൽ അതിവിദൂരകാലം മുതൽ മനുഷ്യരാശിക്ക് തലവേദനയായ ഒരു പ്രശ്നത്തിന് ഡോണ ഇസബെൽ ഒരു ശാസ്ത്രീയ പരിഹാരവും കണ്ടെത്തിയിരിക്കയാണ്. പ്രണയത്തിൽപെടുന്നത് ഒരു ഗുരുതരമായ പ്രശ്നമല്ലാതായേക്കാം. ഇതിന് ഫലപ്രദമായൊരു പരിഹാരം തന്നെ എത്രയും ലളിതമാകാം. പ്രഭാതഭക്ഷണത്തിനു മുമ്പ് ഒരു സ്പൂൺ റബാർബ് (Rhubarb) കഴിച്ചാൽ മതിയാകും. അങ്ങനെയല്ലേ, ഡോണ ഇസബെൽ?

നമുക്ക് സംഗീതത്തെപ്പറ്റി സംസാരിക്കാം

ഈയിടെയായി ധാരാളം നടക്കാറുള്ള സർവ്വേകളിലൊന്നിൽ എന്നോട് മുമ്പ് എപ്പോഴും ചോദിച്ചിട്ടുള്ള ആ ചോദ്യം ആവർത്തിച്ചു. “താങ്കൾക്ക് ആൾപ്പാർപ്പില്ലാത്ത ഒരു ദ്വീപിൽ പോകേണ്ടിവരുന്നു എന്ന് കരുതുക. ഒരു സംഗീത റിക്കാർഡ് മാത്രം കൊണ്ടുപോകാൻ അനുമതി നൽകുകയാണെങ്കിൽ താങ്കൾ ഏതു റിക്കാർഡായിരിക്കും തിരഞ്ഞെടുക്കുക?” ഇതിന് ഉത്തരം നൽകുവാൻ എനിക്ക് ഒരു നിമിഷംപോലും വേണ്ടിവന്നില്ല. യൊഹാൻ സെബാസ്റ്റ്യൻ ബാക്കിന്റെ ‘സ്യൂട്ട്സ് ഫോർ ചെല്ലോ സോളോ,’ ഈ പരമ്പരയിൽ ഒന്നുമാത്രമെ എടുക്കാൻ അനുമതിയുള്ളൂവെങ്കിൽ ഒന്നാമത്തേത് തന്നെയാകും ഞാൻ തെരഞ്ഞെടുക്കുക.

ബാക്കിന്റെ ഈ സൃഷ്ടിയുടെ പലവിധ ആവിഷ്കരണങ്ങൾ— പാവ്ലോ കസൽസിന്റെ അടക്കം--എനിക്ക് പരിചിതമാണ്.കസൽസിന്റെ ആവിഷ്കാരം ചരിത്രപരമായ മൂല്യം ഉൾക്കൊള്ളുന്നു എന്ന് മാത്രമല്ല, ഉജ്ജ്വലവുമാണ്. പക്ഷെ,വളരെ പണ്ട് റിക്കാർഡ് ചെയ്തതിനാൽ അതിന്റെ മേന്മ കാര്യമായി നഷ്ടപ്പെട്ടിരിക്കുന്നു. എനിക്ക് ഏറ്റവും പ്രിയങ്കരമായിട്ടുള്ളത് മൗറീസ് ജെൻഡ്രന്റെ ആവിഷ്കാരം ആണ്. അതുകൊണ്ട് വിജനദ്വീപിലേക്ക് പോകുമ്പോൾ ഞാൻ ഒപ്പംകരുതുക ആ റിക്കാർഡ് ആയിരിക്കും. ഒരു പുസ്തകം കൂടി ഇതോടൊപ്പം ഞാൻ കരുതും: സുവർണ്ണകാലത്തെ സ്പാനിഷ് കവിതകളുടെ ഒരു സമാഹാരം.

സംഗീതവുമായുള്ള എന്റെ ബന്ധം സംബന്ധിച്ച് പത്രക്കാർ പലപ്പോഴും ഉന്നയിക്കാറുള്ള മറ്റൊരു ചോദ്യത്തിനുത്തരം നൽകാനും ഈ വിഷയം എനിക്ക് അവസരം നൽകുന്നു. ഞാൻ എപ്പോഴും അവരോട് സത്യം തന്നെയാണ് പറയാറുള്ളത്. എന്നും സാഹിത്യത്തേക്കാൾ എനിക്ക് പ്രിയം സംഗീതം തന്നെയാണ്. ഒരിക്കലും സംഗീതം കേട്ടുകൊണ്ട്

എനിക്ക് എഴുതാൻ കഴിയാറില്ല. കാരണം സംഗീതം കേട്ടുപോയാൽ പിന്നെ ഞാൻ മറ്റൊന്നിലും ശ്രദ്ധിക്കാൻ കഴിയാതെ അതിൽ മുഴുകിപ്പോകും. ഇതിലേറെ ഇക്കാര്യം വിശദീകരിക്കാൻ ഞാൻ തയ്യാറാകാറില്ല. കാരണം സംഗീതവും ഞാനുമായുള്ള ബന്ധം എന്റെ സ്വകാര്യജീവിതത്തിന്റെ ഭാഗമായി ഞാൻ കരുതുന്നു. അതുപോലെതന്നെ എന്റെ ഏറ്റവും അടുത്ത സുഹൃത്തുക്കളുമായി സമയം ചെലവിടുമ്പോൾ സംഗീതത്തേക്കാൾ ഏറെ രസകരമായ മറ്റൊരു വിഷയം എനിക്ക് ചർച്ച ചെയ്യാനുണ്ടാകില്ല. എന്റെ ഇത്തരം ഉറ്റചങ്ങതിമാരിൽ ഒരാളായ ജോമി ഗാർസ്യ ആസ്കോട്ട് ഒരു സംഗീതഭ്രാന്തനെന്ന നിലയ്ക്കുള്ള തന്റെ അനുഭവങ്ങളെക്കുറിച്ച് എഴുതിയ ഒന്നാന്തരം ഗ്രന്ഥത്തിൽ ഞാനൊരിക്കൽ പറഞ്ഞു കേട്ട വാചകവും അദ്ദേഹം ഉൾപ്പെടുത്തിയിട്ടുണ്ട് : 'സംഗീതത്തെക്കാൾ മെച്ചപ്പെട്ട ഒരു കാര്യം സംഗീതത്തെക്കുറിച്ച് സംസാരിക്കുക മാത്രമാണ്.' ഇത് സത്യം തന്നെയെന്ന് ഞാൻ ഇന്നും വിശ്വസിക്കുന്നു.

ഒരാൾ സംഗീതം ഇഷ്ടമാണെന്ന് പറയുമ്പോൾ കേട്ടുനിൽക്കുന്ന ആൾ എപ്പോഴും ധരിക്കുന്നത് ശുദ്ധമായ മാനസിക അലസതമൂലം ശാസ്ത്രീയസംഗീതമെന്ന് വിളിക്കപ്പെടുന്ന സംഗീതത്തെക്കുറിച്ചാണ് പറയുന്നത് എന്നാണ്. സ്പാനിഷിൽ ഈ സംഗീതത്തെ സാംസ്കാരിക സംഗീതമെന്നാണ് വിളിക്കുക. എന്നിട്ടും പ്രശ്നം പരിഹരിക്കപ്പെടുന്നില്ല. കാരണം, ശാസ്ത്രീയമല്ലാത്ത നാടൻ ജനകീയസംഗീതവും മറ്റൊരു സംസ്കാരത്തിൽ നിന്നുള്ളതെങ്കിലും തികച്ചും സംസ്കാരപൂർണ്ണമാണെന്ന് ഞാൻ കരുതുന്നു. വെറും കച്ചവടസംഗീതംപോലും പണ്ഡിതമ്മന്യർ കുറ്റപ്പെടുത്തുന്നതുപോലെ മോശമാണെന്ന് എനിക്ക് തോന്നുന്നില്ല. മൊസാർട്ടിന്റെ അതേ സംസ്കാരത്തിൽ പെട്ടതല്ലെങ്കിലും ഈ സംഗീതത്തിനും സാംസ്കാരിക സംഗീതമെന്ന് വിശേഷിപ്പിക്കപ്പെടാൻ അർഹതയുണ്ട്. സംഗീതത്തിന്റെ എക്കാലത്തേയും മഹാപ്രതിഭകളൊക്കെ തങ്ങളുടെ പ്രചോദനത്തിന്റെ ഏറ്റവും സമ്പന്നമായ സ്രോതസ്സ് ജനകീയ സംഗീതമാണെന്ന് അറിഞ്ഞവരാണ് എന്നതാണ് സത്യം.

ബെല ബർതോക്കിന്റെ ജീവിതത്തിലെ വിവിധ ദൃശ്യങ്ങളുടെ മനോഹരവും വിശദവുമായ ഫോട്ടോകളുടെ ഗ്രന്ഥത്തിൽ എനിക്ക് ഏറ്റവും ആകർഷകമായത് ഒരു കർഷകസ്ത്രീ പാടുന്ന ഗാനം അദ്ദേഹം ഒരു സിലിണ്ടർ യന്ത്രത്തിൽ റിക്കാഡ് ചെയ്യുന്ന ചിത്രമാണ്. *മേരി ഹാഡ് എ ലിറ്റിൽ ലാമ്പ്* എന്ന മനോഹരമായ വരികൾ ചിത്രത്തിനുവേണ്ടി റിക്കാഡ് ചെയ്ത എഡിസന്റെ ആദ്യ യന്ത്രം പോലെയായിരുന്നു ബർതോക്കിന്റെ സിലിണ്ടർ യന്ത്രവും.

എന്നെ സംബന്ധിച്ചിടത്തോളം സംഗീതത്തെക്കുറിച്ചുള്ള സത്യം വാസ്തവത്തിൽ എത്രയോ ലളിതമാണ്. ശബ്ദം സൃഷ്ടിക്കുന്നത് ഒക്കെ സംഗീതമാണ്. ഇതിൽ നല്ല സംഗീതമേത്, മോശപ്പെട്ടതേത് എന്ന് സ്ഥാപിക്കുകയൊക്കെ പിന്നീടുള്ള കാര്യം. എന്റെ പക്കൽ പുസ്തകങ്ങളെക്കാളേറെയുള്ളത് റിക്കാർഡുകളാണ്. പക്ഷെ, അക്ഷരമാലാക്രമത്തിലുള്ള

എന്റെ റിക്കാർഡുശേഖരം വിവാൽഡിയിൽ അവസാനിക്കാത്തതിൽ എന്റെ പല സുഹൃത്തുക്കളും— പ്രത്യേകിച്ചും ബുദ്ധിജീവികൾ— അത്ഭുതംകൂറാറുണ്ട്. കാരണം വിവാൽഡി കഴിഞ്ഞാൽ കരീബിയൻ സംഗീതത്തിന്റെ റിക്കാർഡുകൾ ഞാൻ സൂക്ഷിക്കുന്നുണ്ട്. എനിക്ക് ഏറ്റവും ഇഷ്ടപ്പെട്ട സംഗീതത്തിലൊന്നാണിത്. ഇപ്പോൾ ചരിത്രത്തിൽ സ്ഥാനം പിടിച്ചിട്ടുള്ള റഫേൽ ഹെർനാണ്ടസിന്റെ ഗാനങ്ങൾ മുതൽ മാത മോറോസ്ട്രിയോ, പ്യൂർട്ടോറിക്കോയിലെ പ്ലേനകൾ, പനാമയിലെ തമ്പോ റിറ്റോസ്, വെനസ്വലയ്ക്കടുത്തുള്ള മാർഗരീത്ത ദ്വീപിലെ പോളോസ്, സാന്റോ ഡൊമിംഗോയിലെ മെറെംഗുകൾ എന്നീ കരീബിയൻ സംഗീത രൂപങ്ങൾ എന്റെ പക്കലുണ്ട്. ഇവയ്ക്കൊക്കെ പുറമേ, എന്റെ ജീവിതവുമായും രചനകളുമായും ഏറ്റവും അധികം ബന്ധമുള്ള കൊളംബിയയുടെ വലെനാറ്റോ ഗാനങ്ങളും. ഈ ഗാനങ്ങളെക്കുറിച്ചു മാത്രം ഒരു ലേഖനം അടുത്തുതന്നെ എഴുതാൻ തീരുമാനിച്ചിട്ടുണ്ട്. ജമൈക്കയുടെയും മാർട്ടിനിക്കിന്റെയും സംഗീതം ഗംഭീരമാണ്. വാസ്തവത്തിൽ ദാനിയൽ സാന്റോസ് കുറേ വർഷംമുമ്പ് പ്രചാരത്തിൽ കൊണ്ടുവന്ന ഗാനങ്ങൾ പലതും കുറാക്കാവോയിലെ പാപ്പിയമെന്റോയിലെഴുതിയതാണെന്ന് അധികമാർക്കും അറിയില്ല.

ആ മായാമോഹനമായ പ്രദേശത്തുനിന്ന് ഞാൻ കേട്ടിട്ടുള്ള ഏറ്റവും മനോഹരമായ ഗാനം പനാമയ്ക്കടുത്തുള്ള സാൻബ്ലാസ് ദ്വീപുകളിലെ ഏതാണ്ട് ഒമ്പതുവയസ്സുള്ള ഒരു പെൺകുട്ടി പാടിയതാണ്. ഒരു വലത്തൊട്ടിലിൽ കിടന്നു ശക്തിയായി ആടിക്കൊണ്ട് തന്റെ മനോഹരവും പ്രാചീനവുമായ ശബ്ദത്തിൽ അവൾ പാടി. ഏതാനും മാസംമാത്രം പ്രായമുള്ള ഒരു കുഞ്ഞ് അവളുടെ അടുത്ത് ഉറങ്ങിക്കിടന്നിരുന്നു. ആ ഗാനത്തിന്റെ മാന്ത്രികതയിൽ ലയിച്ച് ആനന്ദനിർവൃതിയിൽ ഞാൻ അങ്ങനെ നിന്നുപോയി. ഒരു ടേപ്പ് റിക്കാർഡർ കൈയിൽ ഇല്ലാത്തതിന്റെ വിഷാദവും ഉള്ളിൽ ഉണ്ടായിരുന്നു. ക്യൂന ഇന്ത്യക്കാർ പാടുന്ന ഒരു താരാട്ട് ആണ് അവൾ പാടിയതെന്ന് ഞങ്ങളുടെ ഗൈഡ് പറഞ്ഞുതന്നു. ആവേശഭരിതനായ ഞാൻ ഈ സംഭവം വിവരിച്ചിട്ട് പിറ്റേദിവസം ഒരു ടേപ്പ്റിക്കാർഡറുമായി വീണ്ടും അവിടെപ്പോകാൻ സൗകര്യം ചെയ്തുതരണമെന്ന് പനാമയുടെ ഭരണാധികാരി ജനറൽ ഒമാർ ടോറിജോസിനോട് പറഞ്ഞു. പക്ഷെ, തന്റെ അനന്യവും ശക്തവുമായ സാമാന്യയുക്തിയോടെ ടോറിജോസ് പറഞ്ഞ മറുപടി ഇതാണ്. "വേണ്ട ഇനി തിരിച്ച് അങ്ങോട്ടു പോകരുത്. ഇത്തരം കൃത്യങ്ങൾ ഒരിക്കൽ മാത്രമേ സംഭവിക്കൂ." സ്വാഭാവികമായും ഞാൻ അങ്ങോട്ട് വീണ്ടും പോയില്ല. പക്ഷെ ഇനിയൊരിക്കലും ആ ഗാനം കേൾക്കാനാവില്ലെന്നത് ഏറ്റവും ദു:ഖകരമായ വസ്തുതയായി എന്നിൽ അവശേഷിക്കുന്നു.

കരീബിയൻ ദ്വീപുകളിൽ ഒരിടത്തും തിരഞ്ഞാൽ കിട്ടാത്ത ചില കരീബിയൻ ഗാനങ്ങൾ എന്റെ പക്കലുണ്ട്. അവയൊക്കെ ലഭിച്ചതാകട്ടെ, തീരെ അപ്രശസ്തമായ ഇടങ്ങളിൽ നിന്നും. ന്യൂയോർക്കിലെ14-ാം

തെരുവിൽ ലാറ്റിനമേരിക്കൻ റിക്കാർഡുകൾ വിൽക്കുന്ന കടകളിൽ നിന്നാണ് അവയിലേറെയും ലഭിച്ചത്. തീർച്ചയായും സൽസ റിക്കാഡുകൾ എന്റെ ശേഖരത്തിലുണ്ട്. പുതിയ സംഗീതമായതിനാലല്ല, മറിച്ച് ഏറ്റവും സുന്ദരവും പരമ്പരാഗതവുമായ ക്യൂബൻ സംഗീതത്തിന്റെ, രാജ്യഭ്രഷ്ടമാക്കപ്പെട്ടതെങ്കിലും പരിഷ്കൃതമായ, അനന്തരഭാഗമായതുകൊണ്ട് തന്നെയാണ് അവ സൂക്ഷിച്ചിരിക്കുന്നത്. അമരനായ ദമാസോ പെരീസ് പ്രാഡോ ഒരിക്കൽ ഒരഭിമുഖ സംഭാഷണത്തിൽ പറഞ്ഞതു പോലെയാണത്. എന്റെ ഏറ്റവും ദീർഘനാളത്തെയും ഒരിക്കലും ഇളകാത്തതുമായ ആരാധനാ വിഗ്രഹങ്ങളിൽ ഒരാളാണ് ദമാസോ പ്രാഡോ എന്ന് എന്റെ ആദ്യകാല ലേഖനങ്ങൾ പരിശോധിച്ചാൽ മനസ്സിലാകും. കരീബിയൻ സംഗീതത്തോടുള്ള എന്റെ സ്നേഹം എനിക്ക് അവിടെനിന്ന് തിരിച്ചും ലഭിച്ചിട്ടുണ്ടെന്നറിയുന്നതിൽ സന്തോഷമുണ്ട്. തന്റെ ആത്മകഥയെഴുതാൻ സഹായിക്കണമെന്ന് ആവശ്യപ്പെട്ടുകൊണ്ട് കുറച്ചു വർഷം മുമ്പ് ബാഴ്സിലോണയിൽ നിന്ന് എനിക്കൊരു കമ്പിസന്ദേശം കിട്ടി. 'അസ്വസ്ഥനായ അനാക്കൊബെറോ' എന്നാണ് അതിൽ ഒപ്പുവച്ചിരുന്നത്. കരീബിയൻ പ്രദേശം മുഴുവൻ അറിയപ്പെടുന്ന ഒരാളുടെ തൂലികാ നാമമാണത്. ദാനിയൽ സാന്റോസ്. പിന്നെയൊരിക്കൽ എന്റെ സുഹൃത്ത് റൂബൻ ബ്ലേഡ്സ് ന്യൂയോർക്കിൽ നിന്ന് വിളിച്ച് എന്റെ കഥകൾ ചിലത് പാട്ടായി അവതരിപ്പിക്കാൻ ആഗ്രഹമുണ്ടെന്നു പറഞ്ഞു. എനിക്ക് അതിൽ എത്രയും സന്തോഷമുണ്ടെന്ന് ഞാൻ അറിയിക്കുകയും ചെയ്തു. കാരണം ആ ഭീകരമായ രൂപമാറ്റം എങ്ങനെ ഉണ്ടാകുമെന്നറിയാൻ എനിക്ക് ആഗ്രഹമുണ്ടായിരുന്നു. യാതൊരു വിരുദ്ധോക്തിയുമില്ലാതെ പറയട്ടെ, പെഡ്രോനവാജാസിന്റെ മനോഹരവും ദു:ഖകരവുമായ കഥ എഴുതുന്നതിൽപ്പരം ഇഷ്ടമുള്ള ഒരു പ്രവൃത്തി എനിക്ക് ഈ ലോകത്ത് മറ്റൊന്നില്ല. അതുപോലെ ഈയിടെ മെക്സിക്കോയിലെ എന്റെ വീട്ടിൽ വന്ന ടെലിഫോൺ വിളികളുടെ പ്രവാഹത്തിൽ ആദ്യമെത്തിയ ഒന്ന് മറ്റൊരു മഹാനായ ഗായകൻ നെൽസൺ നെഡിന്റേതായിരുന്നു. കുറച്ചു വർഷം മുമ്പ് നർമ്മബോധം കുറവായ ചില സാഹിത്യകാരസുഹൃത്തുക്കളുടെ സൗഹൃദം എനിക്ക് നഷ്ടപ്പെട്ടു. സ്പാനിഷ് ഭാഷയിലെ വർത്തമാനകാല കവികളിൽ ഏറ്റവും മഹാനായ ഒരാൾ എന്റെ സുഹൃത്ത് അർമാൻഡോ മൻസനെതേ ആണെന്ന് ഒരു ഇന്റർവ്യൂവിൽ ഞാൻ ആത്മാർത്ഥമായൊരു അഭിപ്രായപ്രകടനം നടത്തിയതാണ് കാരണം.

ബോളെറോവിനെക്കുറിച്ച് പരാമർശിക്കാതെ സംഗീതത്തെക്കുറിച്ച് പറയുന്നത് ഒന്നും പറയാതിരിക്കുന്നതിനു തുല്യമാണ്. ഒരുപക്ഷെ അത് മറ്റൊരു ഇടക്കാല ലേഖനത്തിനുതന്നെ വിഷയമായി സ്വീകരിക്കാവുന്നതാണ്. നിരവധി ഭ്രമങ്ങൾ മാറിവന്നിട്ടും അനുഭവത്തിന്റെ ഉയരങ്ങളിലേക്ക് എത്തിക്കുന്ന വൈകാരിക തീവ്രതയോടെ ബോളെറോയുടെ ശുദ്ധി നിലനിർത്തുന്നതിൽ ഒരുപക്ഷെ കൊളംബിയക്കൊപ്പം നിൽക്കാൻ ചിലിക്കുമാ

ത്രമേ കഴിഞ്ഞിട്ടുള്ളു. അതുകൊണ്ടാണ് ശനിയാഴ്ച രാത്രികളിലെ നൃത്തങ്ങളിൽ പിന്നിലാകാതിരിക്കാൻ കുട്ടികൾ തങ്ങളുടെ മാതാപിതാക്കളോട് വീണ്ടും ബോളെറോ പഠിപ്പിക്കണമെന്ന് ആവശ്യപ്പെടുന്നതെന്ന സത്യം നമ്മുടെ നിലപാട് ന്യായീകരിക്കുന്നത്. പഴയകാലത്തെ പാട്ടുകാരുടെ ശബ്ദം വീണ്ടും ഹൃദയങ്ങളിൽ നിറയുകയാണ്. ടോണാ ലാ നെഗ്രയുടെ മായ്ക്കാനാകാത്ത സ്മരണക്കു മുന്നിൽ ദീപ്തമായ ആദരാഞ്ജലികൾ അർപ്പിക്കപ്പെടുന്നു. എന്തായാലും ആ പതിവുചോദ്യത്തിന് സംശയലേശമില്ലാതെ ഞാൻ മറുപടി നൽകിയത് തികഞ്ഞ ആത്മാർത്ഥതയോടെയും നിശ്ചയദാർഢ്യത്തോടെയുമാണ്. വിജനദ്വീപിലേക്ക് ഞാൻ ഒപ്പം കരുതുന്ന റിക്കാർഡ് യോഹാൻ സെബാസ്റ്റ്യൻ ബാക്കിന്റെ ചെല്ലോ സോളോ സ്യൂട്ട് ഒന്നാം നമ്പർ തന്നെ. ഇക്കാര്യത്തിൽ ഞാൻ പിടിവാശിക്കാരൻ തന്നെ.

അഭിമുഖസംഭാഷണങ്ങളുടെ കഥ

ഒരിക്കൽ എന്നോട് ഒരു പത്രലേഖകൻ അഭിമുഖ സംഭാഷണത്തിൽ ആ പതിവ് ചോദ്യം ചോദിച്ചു, "താങ്കൾ ജോലിചെയ്യുന്ന രീതി എങ്ങനെയാണ്?" ഒരു പുതിയ ഉത്തരം ഇതിന് എങ്ങനെയാണ് നൽകുക എന്ന് ആലോചിച്ച് ഞാൻ അല്പനേരം മിണ്ടാതെയിരുന്നു. ഉടൻ അദ്ദേഹം പറഞ്ഞു, "ഈ ചോദ്യം വിഷമകരമാണെങ്കിൽ ഞാൻ മറ്റൊന്ന് ചോദിക്കാം." "നേരെമറിച്ചാണ്, ഉത്തരം പറയാൻ എത്രയും എളുപ്പമുള്ളതാണീ ചോദ്യം. എന്നോട് വളരെ അധികം തവണ ഇത് ചോദിച്ചിട്ടുമുണ്ട്. ഒരു പുതിയ ഉത്തരത്തിനുവേണ്ടി ഞാനാലോചിക്കുകയായിരുന്നു." ഞാൻ മറുപടി പറഞ്ഞു. ഓരോ പ്രാവശ്യവും ഞാൻ എങ്ങനെയാണ് എന്റെ ജോലിയുടെ രീതികൾ വ്യത്യസ്തമായി പറയുന്നതെന്ന് കരുതിയാകാം പത്രലേഖകന് എന്നോട് പരിഭവം ആയി.

അഭിമുഖസംഭാഷണങ്ങൾക്ക് ഉണ്ടായിരുന്ന കർശനമായ ചിട്ടകളൊക്കെ പണ്ടേ നഷ്ടപ്പെട്ടു കഴിഞ്ഞു. ഇന്ന് കടുത്ത സ്വകാര്യവൽക്കരണത്തിന്റെയും മത്സരത്തിന്റെയും ഫലമായി അഭിമുഖസംഭാഷണങ്ങൾ സങ്കല്പകഥകളുടെ ചതുപ്പുനിലങ്ങളിലാണ് നിലയുറപ്പിച്ചിരിക്കുന്നത്.

അഭിമുഖസംഭാഷണം നടത്തുന്നവരേറെപേർക്കും അതിന് വിധേയമാകുന്നവരിൽതന്നെ വളരെ തുറന്നു സംസാരിക്കുന്നവർക്കു പോലും ഇതറിയില്ലെന്നതാണ് ഏറ്റവും ദു:ഖകരം. അഭിമുഖസംഭാഷണം പ്രണയം പോലെയാണെന്ന് ഈ രണ്ടുകൂട്ടരും മനസ്സിലാക്കിയിട്ടില്ല. അഭിമുഖസംഭാഷണവും പ്രണയവും നടക്കണമെങ്കിൽ രണ്ടുപേരെങ്കിലും വേണം. രണ്ടുപേർക്കും ഇത് നടക്കണമെന്ന് കാര്യമായി ആഗ്രഹമുണ്ടെങ്കിൽ മാത്രമേ രണ്ടും നന്നായി നടക്കൂ. അങ്ങനെയല്ലെന്നുണ്ടെങ്കിൽ അഭിമുഖസംഭാഷണത്തിൽ ഒരു സംഘം ചോദ്യങ്ങളും ഉത്തരങ്ങളും മാത്രം ഉണ്ടായിരിക്കും. ഈ യാന്ത്രികമായ പ്രവൃത്തിയിൽ നിന്ന് ഒരു 'കുട്ടി'യുണ്ടാ

യേക്കാം. പക്ഷെ, ഒരു നല്ലസ്മരണ ഇതിനെക്കുറിച്ച് ഉണ്ടാകില്ല തന്നെ.

അഭിമുഖസംഭാഷണത്തിന് വരുന്നവരൊക്കെ നൽകുന്ന മുഖവുര എപ്പോഴും ഒന്നുതന്നെ. ഏതാണ്ട് എല്ലായ്പ്പോഴും അത് ടെലിഫോണിലൂടെയും ആയിരിക്കും. "താങ്കൾ നൽകിയ എല്ലാ അഭിമുഖസംഭാഷണങ്ങളും ഞാൻ വായിച്ചിട്ടുണ്ട്. അവയെല്ലാം ഒന്നുപോലെതന്നെ" ആത്മവിശ്വാസം സ്ഫുരിക്കുന്ന പ്രസന്നശബ്ദം ഫോണിൽ കേൾക്കും. "പതിവിൽ നിന്ന് തികച്ചും വ്യത്യസ്തമായ ഒരഭിമുഖസംഭാഷണം താങ്കളുമായി നടത്താൻ എനിക്ക് താല്പര്യമുണ്ട്!" എല്ലാവരും ഇതുതന്നെയാണ് പറയാറുള്ളത് എന്ന് മറുപടി നൽകിയതുകൊണ്ട് കാര്യമില്ല. മാത്രമല്ല, ഞാനങ്ങനെ തുറന്നുപറയുകയുമില്ല. കാരണം ഞാനെപ്പോഴും എന്നെത്തന്നെ ഒരു പത്രലേഖകനായാണ് കരുതുന്നത്. അതുകൊണ്ട് ഒരു പത്രലേഖകൻ എന്നോട് അഭിമുഖത്തിന് അനുവാദം ചോദിക്കുമ്പോൾ ഞാൻ ഒരു വല്ലാത്ത വെട്ടിൽപെടുന്നതുപോലെയാണ്. ഒരേസമയം തന്നെ ഒരു ഇരയായും സഹാപരാധിയായും തോന്നുന്ന അനുഭവം എനിക്കുണ്ടാകുന്നു. നമ്മിലെല്ലാവരിലുമുള്ള, തടയാൻ കഴിയാത്ത ആ ആത്മഹത്യാത്വര കാരണം ഒടുക്കം ഞാൻ അഭിമുഖസംഭാഷണത്തിന് സമ്മതം മൂളുകയും ചെയ്യും.

മിക്കവാറും എല്ലായ്പ്പോഴും ഫലം ഒന്നുതന്നെ; ചോദ്യങ്ങൾക്ക് യാതൊരു പുതുമയും ഇല്ലാത്തതിനാൽ അഭിമുഖസംഭാഷണവും പതിവിൽ നിന്ന് യാതൊരു വ്യത്യാസവും ഇല്ലാത്തതായി അവസാനിക്കുന്നു. അവസാനത്തെ ചോദ്യത്തിനുപോലും ഒരു വ്യത്യാസവുമില്ല. "ഇതുവരെ ആരും താങ്കളോട് ഉന്നയിക്കാത്ത ഒരു ചോദ്യം അങ്ങ് തന്നെ പറഞ്ഞ ശേഷം, അതിന് ഉത്തരം നൽകാമോ?" എപ്പോഴും ഞാൻ നൽകുന്ന ഭഗ്നാശമായ ഉത്തരം തന്നെ അതിനും; "ഇല്ല." ഒരുപക്ഷെ, അഭിമുഖസംഭാഷണത്തിന് വരുന്നവരിൽ ചിലർക്ക് തങ്ങളുടെ പരാജയം സംഭാഷണത്തിന് വിധേയമാകുന്നവരെയും എത്രമാത്രം ദു:ഖിതരാക്കുമെന്ന് അറിയില്ലായിരിക്കാം. കാരണം, ഈ പരാജയം അവരുടെ മാത്രമല്ല, അഭിമുഖസംഭാഷണത്തിന് വിധേയമാകുന്നവരുടെയും കൂടി ആണെന്നതിനാലാണത്. ഇത്തരം ഒരഭിമുഖം കഴിയുമ്പോൾ എനിക്കുണ്ടാകുന്ന ആശങ്ക അടുത്ത ഞായറാഴ്ചത്തെ പത്രംകണ്ട് വായനക്കാർ നിരാശയോടെയും, ന്യായമായ ദേഷ്യത്തോടെയും ഇങ്ങനെ പറയുമെന്നാണ്, "ഓ, ആ സ്ഥിരം സാഹിത്യകാരനുമായുള്ള പതിവ് ഇന്റർവ്യൂ....." എന്നിട്ട് അർഹമായ അവകാശത്തോടെതന്നെ അവർ ആ പേജ് മറിച്ചുനോക്കി വിനോദത്താളുകളിലേക്ക് നീങ്ങും. അധികം താമസിയാതെ തന്നെ എന്റെ ഇന്റർവ്യൂകൾ ഉള്ള പത്രങ്ങൾ വാങ്ങിക്കുന്നതുതന്നെ ജനം നിർത്തുമെന്ന പേടി എനിക്കുണ്ട്.

പലതരം അഭിമുഖസംഭാഷണക്കാരുണ്ടെങ്കിലും അവരിലെല്ലാവരിലും രണ്ട് ഘടകങ്ങൾ പൊതുവായുണ്ടായിരിക്കും. ഇത് തങ്ങളുടെ ജീവിതത്തിലേറ്റവും പ്രധാന ഇന്റർവ്യൂ ആണെന്ന ധാരണയിലുള്ള പരിഭ്രമമാണൊന്ന്. മറ്റൊന്ന്, ഇവർക്കറിയാത്തതും അറിയുമായിരുന്നെങ്കിൽ വളരെ പ്രയോജനകരമാകുമായിരുന്നതുമായ ഒന്നാണ് ഇന്റർവ്യൂവിന്

വിധേയരാകുന്നവർ അവരേക്കാൾ പരിഭ്രാന്തരായിക്കും എന്ന വസ്തുത. അതും പ്രണയംപോലെ തന്നെ. പ്രണയവേളയിൽ തങ്ങൾ മാത്രമാണ് പരിഭ്രാന്തർ എന്ന് കരുതുന്നവർ ഏതെങ്കിലും ഒരു കടുത്ത നിലപാടിലേക്ക് മാറും. ഒന്നുകിൽ വളരെ അധികം വിധേയത്വം പ്രകടിപ്പിക്കും. അല്ലെങ്കിൽ അമിതമായ ആക്രമണോത്സുകത കാണിക്കും. ആദ്യം പറഞ്ഞ കൂട്ടർ ഫലപ്രദമായ ഒന്നും ചെയ്യില്ല. രണ്ടാമത്തെ കൂട്ടരാകട്ടെ, മറ്റെയാളെ അലോരസപ്പെടുത്തുക മാത്രം ചെയ്യുന്നു. "അത് നല്ലതാണ്" ഒരു റേഡിയോ റിപ്പോർട്ടർ എന്നൊടൊരിക്കൽ പറഞ്ഞു. "അഭിമുഖസംഭാഷണത്തിന് വിധേയരാകുന്നവർക്ക് ദേഷ്യംവന്നാൽ സത്യങ്ങളെല്ലാം രോഷത്തോടെ വിളിച്ചുപറയും." മറ്റ് ചിലരാകട്ടെ കഴിവില്ലാത്ത സ്കൂൾ അദ്ധ്യാപകരുടെ രീതി സ്വീകരിക്കും. ഇന്റർവ്യൂ ചെയ്യപ്പെടുന്നവരെക്കൊണ്ട് പരസ്പര വിരുദ്ധമായ അഭിപ്രായപ്രകടനങ്ങൾ നടത്തിക്കുക, ഉദ്ദേശിക്കാത്ത കാര്യങ്ങൾ പറയിപ്പിക്കുക തുടങ്ങി തന്റെ വിശ്വാസങ്ങൾക്കെതിരായി എന്തെങ്കിലും പറയിപ്പിക്കുക എന്ന ഏറ്റവും വഷളായ കാര്യങ്ങൾവരെ ചെയ്യിക്കും, അവർ. ഇത്തരം ഇന്റർവ്യൂകൾക്ക് ഞാൻ പലപ്പോഴും ഇരയായിട്ടുണ്ട്. വളരെ ശോചനീയമായ ഫലങ്ങളാണ് അവ ഉണ്ടാക്കിയിട്ടുള്ളതും. ഞെട്ടിക്കുന്ന ചില വിവരങ്ങൾ പുറത്തുകൊണ്ടുവരുന്ന തരം ഇന്റർവ്യൂകളുണ്ടെന്ന് ഞാൻ സമ്മതിക്കുന്നു. കുറച്ചു വർഷം മുമ്പ് ഇങ്ങനെയൊന്നുണ്ടായി. ഫ്രാൻസിന്റെ പ്രസിഡന്റ് വലേറി ഗിസ്കസ് ദ്സ്താങിന്റെ സാമ്പത്തിക കാര്യങ്ങൾ സംബന്ധിച്ചുള്ള പത്രസമ്മേളനം. ഗംഭീരമായ ചോദ്യങ്ങൾക്ക് പ്രസിഡന്റിന്റെ ഉജ്ജ്വലവും കിറുകൃത്യവുമായ മറുപടികൾ. പെട്ടെന്ന് തികഞ്ഞ വിനയത്തോടെ ഒരു റിപ്പോർട്ടർ ചോദിച്ചു: "മി പ്രസിഡന്റ്, ഒരു റെയിൽവേ ടിക്കറ്റിന്റെ നിരക്ക് അങ്ങേക്കറിയാമോ?" മി പ്രസിഡന്റിന് തീർച്ചയായും അതറിയാമായിരുന്നില്ല.

ഇന്റർവ്യൂ യുദ്ധങ്ങൾ

ഇന്റർവ്യൂ യുദ്ധങ്ങൾ എന്ന് വിളിക്കപ്പെടാവുന്നവയുണ്ട്. അവയുടെ ഏറ്റവും പ്രമുഖ പ്രയോക്താവ് ഒറിയാന ഫലാച്ചിയായിരിക്കും. ഫലാച്ചിയെ അറിയുമെന്ന് കരുതുന്ന മറ്റു റിപ്പോർട്ടർമാർക്ക് –തീർച്ചയായും ഫലാച്ചിയെ ഇഷ്ടപ്പെടാത്തവർ— അവരുടെ മാർഗങ്ങളെപ്പറ്റി അഭിപ്രായവ്യത്യാസങ്ങളുണ്ടാകും. ചിലർ പറയുന്നത് ഫലാച്ചി തന്നോട് അഭിമുഖ സംഭാഷണനേരത്ത് പറഞ്ഞ ഒരു വാക്കുപോലും മാറ്റിയില്ലെങ്കിലും ഉത്തരത്തിന്റെ ക്രമം ഇഷ്ടംപോലെ മാറ്റിമറിക്കുമെന്നാണ്. മാത്രമല്ല, ഏറ്റവുംകടുപ്പം ഫലാച്ചി തന്റെ ലക്ഷ്യംകാണാൻ സ്വന്തം ചോദ്യങ്ങളുടെ രൂപംമാറ്റുമെന്നതാണ്. അതായത് അഭിമുഖസംഭാഷണവേളയിൽ ചോദിച്ച ചോദ്യമായിരിക്കില്ല, പ്രസിദ്ധീകരിക്കുമ്പോൾ കാണുന്നത്. ഫലാച്ചി ഇങ്ങനെചെയ്യുന്നതായി എന്റെ പക്കൽ തെളിവൊന്നുമില്ല. ഈ കഥപറയാറുള്ളവർക്കും നേരിട്ട് ഈ അനുഭവമുണ്ടാകാനും ഇടയില്ല. എന്തായാലും അമേരിക്കയിലെ *ടൈം, ന്യൂസ്‌വീക്ക്* തുടങ്ങിയ വാരികകൾ ചെയ്യുന്നതും ഇതിനുതുല്യമായ തന്ത്രങ്ങൾ തന്നെയാണ്. മണിക്കൂറുകൾനേരം

ഇന്റർവ്യൂചെയ്തിട്ട്, അതിൽ നിന്ന് ഒരുപേജിന് ആവശ്യമുള്ളത് മാത്രം ഉപയോഗിക്കുകയാണവരുടെ രീതി. അവർ ഒഴിവാക്കുന്ന ഭാഗങ്ങളുടെ അസാന്നിധ്യം മൂലം ഇന്റർവ്യൂവിന്റെ മൊത്തം ഭാഗത്തിന് മാറ്റം വരുമെന്ന കാര്യം അവർ പരിഗണിക്കുന്നില്ല.

എന്തായാലും ഫലാച്ചിയുടെ ഇന്റർവ്യൂകൾ എത്രയും രസകരവും ഒരുപാട് വിവരങ്ങൾ വെളിച്ചത്തുകൊണ്ടുവരുന്നവയുമാണെന്നതിൽ തർക്കമില്ല. അവർക്ക് ഇന്റർവ്യൂ നൽകുകയെന്ന അന്തസ്സ് വേണ്ടെന്നുവയ്ക്കാൻ വളരെകുറച്ച് ആളുകൾ മാത്രമേ ഈ ലോകത്ത് ഉണ്ടായിട്ടുള്ളു. രണ്ടുപേർ മാത്രമേ അവരെ ഒന്ന് ഇരുത്തിയിട്ടുള്ളു. മൊണാക്കോയിലെ റെയ്നർ രാജകുമാരനും, ഹെൽദർ ദാ കാമറയും. ഫലാച്ചിയുമായുള്ള ഇന്റർവ്യൂ ആണ് എന്നെ ഏറ്റവും വലിയ അപകടത്തിൽ ചാടിച്ചതെന്ന് ഹെൻട്രി കിസിംഗർപോലും തന്റെ സ്മരണകളിൽ പറഞ്ഞിട്ടുണ്ട്. കിംസിംഗറെപ്പറ്റി ഇത്രയധികം വിവരം പുറത്തുകൊണ്ടുവരാൻ വേറെ ആർക്കും കഴിഞ്ഞിട്ടില്ലാത്തതിനാൽ ഇത് മനസ്സിലാക്കാവുന്നതേയുള്ളു. കഥയുടെ മാന്ത്രികമാർഗങ്ങൾക്ക് മാത്രമേ, ഇത്രയും വെളിപ്പെടുത്തലുകൾ സാധ്യമാവുകയുള്ളു.

താൻ അഭിമുഖസംഭാഷണം നടത്തുന്ന ആളുമായി തടസ്സമില്ലാത്ത ഒരു സംഭാഷണം നടത്താനും എത്രയും കുറച്ച് വാക്കുകളിലും വാചകങ്ങളിലും ആ സംഭാഷണത്തിന്റെ സത്ത പുനരാവിഷ്കരിക്കാനും കഴിവുള്ള ആളാണ് ഒരു നല്ല അഭിമുഖസംഭാഷകൻ. തീർച്ചയായും പറഞ്ഞ വാക്കുകളുടെയെല്ലാം അണുകിടവ്യത്യാസമില്ലാതെ പകർത്തൽ ആയിരിക്കില്ല അതെങ്കിലും കൂടുതൽ വിശ്വസ്തവും അതിലേറെ പ്രധാനമായി ഉത്തമ പത്രപ്രവർത്തനത്തിന്റെ ആ നീണ്ട കാലഘട്ടത്തിലുണ്ടായിരുന്നതുപോലെ മനുഷ്യത്വപൂർണവും ആയിരിക്കമെത്. നന്മയേറിയ പത്രപ്രവർത്തനത്തിന്റെ കാലമെന്ന് ഞാൻ വിശേഷിപ്പിച്ചത് പൈശാചികമായ ആ കണ്ടുപിടിത്തത്തിന് മുമ്പുള്ള കാലമാണ്. ടേപ്പ് റിക്കാർഡർ എന്ന അസഹനീയമായ പേര് നൽകിയിട്ടുള്ള പൈശാചികസൃഷ്ടിക്ക് മുമ്പുള്ള കാലം. ഇന്ന് അഭിമുഖസംഭാഷണം നടക്കുമ്പോൾ അത് നടത്താനെത്തിയ ആൾ നാം പറയുന്നതൊന്നും ശ്രദ്ധിക്കുന്നില്ലെന്ന് എനിക്ക് തോന്നാറുണ്ട്. എല്ലാം തന്റെ ടേപ്പ്റിക്കാർഡർ കേൾക്കുന്നുണ്ടെന്ന് അദ്ദേഹം വിശ്വസിക്കുന്നതിനാൽ താൻ അധികമൊന്നും ശ്രദ്ധിക്കേണ്ട കാര്യമില്ലെന്നാകാം അദ്ദേഹം കരുതുന്നത്. പക്ഷെ അദ്ദേഹത്തിന് തെറ്റിപ്പോയിരിക്കുന്നു. അഭിമുഖസംഭാഷണത്തിലെ ഏറ്റവും പ്രധാനപ്പെട്ട ശബ്ദം ആ യന്ത്രം കേൾക്കുന്നില്ല — ഹൃദയമിടിപ്പിന്റെ ശബ്ദം. എന്തായാലും ഈ പോരായ്മകൾ എന്നെ സന്തുഷ്ടനാക്കുന്നെന്ന് കരുതരുത്. മറിച്ച് നിരാശാപൂർണമായ ഇത്രയധികം വർഷങ്ങൾക്കുശേഷവും സ്വപ്നങ്ങളിലെ ഒരു അഭിമുഖസംഭാഷകൻ എത്തുമെന്ന പ്രതീക്ഷയിലാണ് ഞാനിന്നും. പ്രണയത്തിലെപ്പോലെ തന്നെ.

വാർദ്ധക്യം

നമ്മെ ഏറ്റവും അസ്വസ്ഥമാക്കുകയും അതേസമയം നമ്മിൽ ഏറ്റവും മതിപ്പ് ഉളവാക്കുകയും ചെയ്യുന്ന ആ മാനുഷിക ശക്തിവിശേഷത്തെ ക്കുറിച്ചുള്ള അത്ഭുതകരമായ ഒരദ്ധ്യായവുമായാണ് ലൂയി ബുനുവലിന്റെ ഉജ്ജ്വലമായ ആത്മകഥ ആരംഭിക്കുന്നത്— ഓർമശക്തി.

ആയുസ്സിന്റെ അവസാനത്തെ പത്ത് വർഷക്കാലം ഓർമ്മ പൂർണ്ണ മായും നഷ്ടപ്പെട്ട് ജീവിച്ച തന്റെ അമ്മയെക്കുറിച്ചാണ് ഇതിൽ ബ്യു നുവൽ പറയുന്നത്. തൊട്ടുമുമ്പ് വായിച്ചതാണെന്ന ഓർമ്മ തെല്ലുമില്ലാതെ അവർ ഒരേ മാസികതന്നെ ആവർത്തിച്ചു വായിച്ചിരുന്നത്രേ. ഓരോ തവണ വായിക്കുമ്പോഴും ആദ്യമായി വായിക്കുന്ന നേരത്തുള്ള രസം തന്നെയാ യിരുന്നു അവർക്ക്. ഓർമശക്തി അത്രമാത്രം അമ്മക്ക് നഷ്ടമായിക്കഴി ഞ്ഞിരുന്നു.

സ്വന്തം മക്കളെപ്പോലും അവർക്ക് തിരിച്ചറിയാൻ കഴിഞ്ഞിരുന്നില്ല. 'ഞങ്ങൾ ആരെന്നോ, സ്വയം താൻ ആരാണെന്നോ അവർക്ക് അറിയാ തായി. ഞാൻ അമ്മയുടെ മുറിയിൽ ചെന്ന് അവർക്കൊരു മുത്തംകൊടു ത്തശേഷം അവിടെ കുറച്ചുനേരം ഇരിക്കുമായിരുന്നു. ഇടയ്ക്കൊന്നു പുറ ത്തുപോയി പെട്ടന്നുതന്നെ മടങ്ങിവരികയും ചെയ്യും. പക്ഷെ ഓരോ തവണ കടന്നുവരുമ്പോഴും ആരോ ഒരാളെ ആദ്യം കാണുന്നതുപോലെ യുള്ള അപരിചിതമായ പുഞ്ചിരിയോടെ സ്വീകരിച്ച് ഇരുത്തും.' ബുനുവ ലിന്റെ പേര് പോലും ഓർക്കാൻ അമ്മക്ക് കഴിഞ്ഞിരുന്നില്ല.

ബുനുവൽ പറഞ്ഞിട്ടില്ലാത്തതും എന്നാൽ ആർക്കും അറിയാൻ ഇട യില്ലാത്തതുമായ ഒരു വസ്തുത ഇതിലുണ്ട്. തന്റെ ഈ നിർഭാഗ്യത്തെപ്പറ്റി അമ്മ സ്വയം ബോധവതിയായിരുന്നുവോ? ഒന്നാലോചിച്ചാൽ ഈ അവ സ്ഥയെ ഒരു നിർഭാഗ്യമായിത്തന്നെ പറയാൻ പാടുണ്ടോ? ഓരോ നിമി

ഷത്തിനും അതിന്റെ ആ ഞൊടിനേരം മാത്രം ആയുസ് ഉള്ള ജീവിതത്തിൽ ഒരു മിന്നായംപോലെ കത്തുകയും അണയുകയും വീണ്ടും കത്തുകയും ഉടനണയുകയും ചെയ്യുന്ന ബോധവുമായി, ദു:ഖരഹിതയായി, വേദന എന്തെന്നറിയാതെയല്ലേ അവർ കഴിഞ്ഞത്? ദു:ഖസ്മരണകളും ഗൃഹാതുരതയുടെ ബീജവാഹിനിയായതിനാൽ വേദനാജനകമായ സുസ്മരണകൾ കുത്തിനോവിക്കാത്ത പത്ത് വർഷങ്ങളല്ലേ അവർ ജീവിച്ചത്?.

ഈ ഒരു പ്രഹേളികമാത്രമല്ല, ബുനുവലിന്റെ ഈ പുസ്തകത്തിലെ നിക്കേറ്റവും ആകർഷകമായത്. ഒരിക്കലും നാം ചിന്തിക്കാനാഗ്രഹിക്കാത്ത ഒരു വിഷയത്തെക്കുറിച്ച്—വാർദ്ധക്യം എന്ന സുനിശ്ചിതത്വം— ഈ പുസ്തകം എത്ര ശക്തിയോടെയാണ് ചിന്തിക്കാൻ എന്നെ പ്രേരിപ്പിച്ചത്. സമഗ്രമായ ഗവേഷണത്തിനുശേഷം വാർദ്ധക്യത്തെക്കുറിച്ച് ഏറ്റവും വിശദമായി രചിക്കപ്പെട്ട സിമോൺ ദെ ബുവെയുടെ പുസ്തകവും ഞാൻ ആരാധനയോടെ വായിച്ചിട്ടുണ്ട്. പക്ഷെ ബുനുവലിന്റെ പുസ്തകത്തെപ്പോലെ വാർദ്ധക്യമെന്ന ജൈവശാസ്ത്രപരമായ ദുരന്തത്തെക്കുറിച്ചുള്ള ബോധം ബുവെയുടെ ഗ്രന്ഥത്തിൽ ലഭ്യമല്ല. എഴുപതുവയസ്സായിരുന്ന കാലത്ത് മുമ്പത്തെപ്പോലെ പേരുകളും മറ്റും ഓർമിക്കാൻ കഴിയുന്നില്ലെന്ന് ബനുവൽ പറഞ്ഞിരുന്നു. തന്റെ സിഗരറ്റ് ലൈറ്റർ എവിടെയാണ് വെച്ചതെന്നോ, താക്കോൽക്കൂട്ടം എവിടെയാണെന്നോ, ബിയറിക്കത്സിൽ മഴ തിമർത്തുപെയ്ത പഴയൊരു മധ്യാഹ്നത്തിൽ കേട്ട ആ പാട്ട് ഏതായിരുന്നുവെന്നോ തനിക്ക് ഓർക്കാൻ കഴിയുന്നില്ലത്രേ. തന്റെ ഈ ഓർമക്കുറവിനെപ്പറ്റി 82–ാം വയസ്സിൽ അദ്ദേഹം ആശങ്കാകുലനായി. അമ്മയെപ്പോലെ തനിക്കും ഓർമശക്തി പൂർണ്ണമായും നഷ്ടപ്പെടുന്നതിന്റെ തുടക്കമാണൊ എന്ന് അദ്ദേഹം ഭയപ്പെട്ടു. 'ഓർമകളാണ് ജീവിതം എന്നെനിക്ക് ബോധമുണ്ടായിരിക്കുന്നു. ആ ബോധം ഉണ്ടാകണമെങ്കിൽ തീർച്ചയായും ഈ ശക്തി എനിക്ക് കുറേശ്ശേയെങ്കിലും നഷ്ടമായിത്തുടങ്ങിയിരിക്കണം.' അദ്ദേഹം എഴുതുന്നു. എന്തായാലും ബ്യുനുവലിന്റെ ജീവിതത്തിലുണ്ടായ നാടകീയത ഓർമശക്തി നഷ്ടപ്പെട്ടതല്ല, അതുണ്ടാകുമെന്ന ഭീതിയായിരുന്നു എന്നതിന്റെ സാക്ഷ്യപത്രം ആണ് ഈ ഗ്രന്ഥം.

ഈ പുസ്തകംതന്നെ വാസ്തവത്തിൽ സ്മരണകളുടെ ഒരു സംഗ്രഹമാണ്. തന്റെ ഓർമകൾ എത്ര സുവ്യക്തമായി പുന:സൃഷ്ടിച്ചിരിക്കുന്നുവെന്നത് തന്നെ ഈ ശേഷി നഷ്ടപ്പെടുകയെന്ന വാർദ്ധക്യസഹജമായ ദൗർബല്യത്തിന് ബ്യുനുവൽ അടിമപ്പെട്ടിട്ടില്ലെന്നതിന്റെ തെളിവാണ്. ഞാൻ കുറച്ചുനാൾ മുമ്പ് ആത്മകഥയെഴുതാൻ ഉദ്ദേശിക്കുന്നതിനെക്കുറിച്ച് പറഞ്ഞപ്പോൾ ഒരു സുഹൃത്ത് അതിനു തക്ക വയസായിട്ടില്ലല്ലോ എന്ന് പറഞ്ഞത് ഓർത്തുപോകുന്നു. "ജീവിതത്തിൽ തുടർന്ന് ഒന്നും ഓർക്കാൻ കഴിയാത്ത കാലത്താണ് ഏതാണ്ട് എല്ലാവരും ആത്മകഥ എഴുതുക." അദ്ദേഹം പറഞ്ഞു. എന്തായാലും ബുനുവലിന്റെ കാര്യത്തിൽ

അതല്ല സംഭവിച്ചതെന്ന് ഉറപ്പാണ്. കലന്ദയിലെ മധ്യകാല ജീവിതത്തെക്കുറിച്ചും സർറിയലിസത്തിന്റെ ആ കാലഘട്ടത്തിൽ തന്റെ തലമുറയെ വല്ലാതെ സ്വാധീനിച്ച മാഡ്രിഡ് സർവകലാശാലാ ദിനങ്ങളെക്കുറിച്ചും, ഈ നൂറ്റാണ്ടിലെ മറ്റ് സവിശേഷതകളെക്കുറിച്ചുമൊക്കെ അദ്ദേഹം എഴുതിയത് വായിക്കുമ്പോൾ യുവത്വത്തിന്റെ ഒരിക്കലും കെടാത്ത തിരിനാളം അജയ്യനായ ആ വൃദ്ധനിൽ എന്നും കത്തിനിന്നിരുന്നുവെന്ന് നാം അറിയുന്നു. പക്ഷെ തന്റെ പ്രിയപ്പെട്ട സംഗീതം അദ്ദേഹത്തിന് അന്യമാക്കിക്കൊണ്ട് ബുനുവലിനെ ബാധിര്യം പിടികൂടുകയുണ്ടായി. കാഴ്ചയും ക്രമേണ നഷ്ടപ്പെട്ടുവെന്നതുകൊണ്ട് ഭൂതക്കണ്ണാടിയും ചില പ്രത്യേക ലൈറ്റും വായനയ്ക്ക് വേണ്ടിവന്നു. ലൈംഗിക വാസനയും തനിക്ക് നഷ്ടപ്പെട്ടിരിക്കുന്നുവെന്ന് അദ്ദേഹം എഴുതി. പത്ത് വർഷംമുമ്പ് തന്റെ ഏറ്റവും അവസാനത്തെ സിനിമയായ *ആസക്തിയെന്ന ഇരുണ്ടവസ്തു(The dark object of desire)* എടുക്കുമ്പോൾ തന്നെ ഇതവസാനത്തെ ചിത്രമായിരിക്കുമെന്ന് അദ്ദേഹത്തിനറിയാമായിരുന്നു.

രോഗവും ഒന്നുംചെയ്യാനില്ലാത്തതിന്റെ വിരസതയുംമൂലം വലഞ്ഞ ആ നാളുകളിൽ സുഹൃത്തുക്കളും തന്നെ ഉപേക്ഷിച്ചുവെന്ന് അദ്ദേഹം കരുതി. ഇതോടെ മരണത്തെക്കുറിച്ച് അദ്ദേഹം കൂടുതൽ തീവ്രമായും നിരന്തരമായും ചിന്തിച്ചുതുടങ്ങി.

പക്ഷെ, അവശനായ ഒരു കിളവനായി താൻ മാറിയെന്നത് ബുനുവലിന്റെ തികഞ്ഞ തെറ്റിദ്ധാരണയായിരുന്നുവെന്നതിന് ഈ ഗ്രന്ഥംതന്നെ മതിയായ തെളിവാണ്. തന്റെ ജീവിതത്തേയും ഈ ലോകത്തേയും കാലത്തേയും കുറിച്ച് ഇത്രയും ഗംഭീരമായി അപഗ്രഥനം ചെയ്യുന്ന ഒരു പ്രമാണസാക്ഷ്യം തയ്യാറാക്കാൻ കഴിയുന്ന വ്യക്തി ഒരിക്കലും കഴിവുകളും ബുദ്ധിയും മങ്ങിയ ഒരു വൃദ്ധനല്ലതന്നെ.

വാർദ്ധക്യം ഒരു മാനസികാവസ്ഥ മാത്രമാണെന്ന് നാം സ്വയം സമാശ്വസിക്കാൻ ശ്രമിക്കാറുണ്ട്. നിവർന്ന് നടക്കാൻപോലും ശേഷിയില്ലാതെ പോകുന്ന വൃദ്ധരെ കാണുമ്പോൾ ഇതൊരിക്കൽ നമുക്കുമുണ്ടാകുന്ന അവസ്ഥയാണെന്ന് ഒരിക്കലും ചിന്തിക്കാറില്ല. മരണത്തെ തടയാൻ ആവില്ലെങ്കിലും നമ്മുടെ ഇച്ഛാശക്തിക്ക് വാർദ്ധക്യത്തെ ചെറുക്കാൻ ആകുമെന്ന് നാം കരുതുന്നു. വാസ്തവത്തിൽ ഇത് സത്യമാണെന്ന് തന്നെയാണെന്റെ വിശ്വാസവും.

ഏതാനും വർഷംമുമ്പ് കൊളംബിയയിലെ ഒരു വിമാനത്താവളത്തിലെ വിശ്രമമുറിയിൽ എന്റെ ഒരു പഴയ സഹപാഠിയെ കണ്ടുമുട്ടി. കാഴ്ചയിൽ എന്റെ ഇരട്ടിപ്രായമാണദ്ദേഹത്തിന് തോന്നിച്ചത്. അപ്പോൾ അകാലവാർദ്ധക്യം എന്നത് ജൈവശാസ്ത്രപരമായ കാരണങ്ങൾകൊണ്ട് മാത്രമല്ല സംഭവിക്കുന്നതെന്നും, സ്വയം തന്നോടുകാട്ടുന്ന അശ്രദ്ധയും ഉദാസീനതയും കൂടി ഇതിന് കാരണമാകുമെന്നും എനിക്ക് ബോധ്യപ്പെട്ടു. എനിക്ക് സ്വയം നിയന്ത്രിക്കാനായില്ല. പലകാര്യങ്ങളും സംസാരിച്ച കൂട്ടത്തിൽ ഞാൻ അദ്ദേഹത്തോട് പറഞ്ഞു.“നിങ്ങളുടെ പ്രശ്നങ്ങ

ൾക്കൊക്കെ ദൈവത്തെ കുറ്റംപറഞ്ഞിട്ട് കാര്യമില്ല. അവയുടെ ഉത്തര വാദി നിങ്ങൾതന്നെയാണ്.'' അയാളോട് ദേഷ്യപ്പെടാൻ എനിക്ക് അവ കാശമുണ്ടെന്ന് ഞാൻ കരുതുന്നു. കാരണം അയാളുടെ ജീർണ്ണത അയാളെ മാത്രമല്ല, ഞങ്ങളുടെ തലമുറയെ ആകെ വാർദ്ധക്യത്തിലേക്ക് എടുത്തെറിയുകയാണ്. ഒരിക്കൽ എന്റെ ഒരു സുഹൃത്തിനെ ഞാൻ മെക്സിക്കോയിലേക്ക് ക്ഷണിച്ചു. അയാൾ ക്ഷണം നിരസിച്ചുകൊണ്ട് പറഞ്ഞു ''ഇല്ലില്ല, ഞാൻ അങ്ങോട്ടില്ല. ഇരുപതുവർഷം മുമ്പാണ് ഞാൻ മെക്സിക്കോയിൽ പോയത്. ഇനി അവിടെ ചെല്ലുമ്പോൾ എന്റെ പഴയ സുഹൃത്തുക്കളുടെ മുഖങ്ങളിൽ എന്റെ വാർദ്ധക്യം പ്രതിഫലിക്കും. എനിക്കത് കാണാൻ വയ്യ.''

സിമോൺ ദെ ബുവെ തന്റെ ഗ്രന്ഥത്തിൽ പലതവണ ഉദ്ധരിക്കുന്നു: 'ഡോ ഗ്രേവ് ഇ ബേഡ് നൂറ് വയസ് കഴിഞ്ഞ നാനൂറ് പേരെ പഠനവിധേയമാക്കി. ഇതിൽ വെളിവായ വസ്തുതകളും സന്തോഷദായകമാണ്. ഈ നാലുശതമാനം പേർക്കും ഭാവിജീവിതം സംബന്ധിച്ച് വളരെ ആസൂത്രിതമായ പദ്ധതികൾ ഉണ്ടായിരുന്നു. പൊതുകാര്യങ്ങളിൽ എത്രയും സജീവമായ താല്പര്യം പുലർത്തിയിരുന്ന ഇവർക്ക് യുവാക്കളുടേതെന്നപോലെ പ്രസരിപ്പും ഭക്ഷണപ്രിയവും ഒന്നാംതരം നർമബോധവും, അസാധാരണമായ കായികശേഷിയുമുണ്ടായിരുന്നു. കറതീർന്ന ശുഭാപ്തിവിശ്വാസികളായിരുന്ന ഇവർക്ക് മരണഭയമെന്നൊന്നേയില്ലായിരുന്നു'.

ഇവരുടെ ലൈംഗികജീവിതം സംബന്ധിച്ച് പറയുകയാണെങ്കിൽ പലരിലും തൊണ്ണൂറാം വയസിൽ രണ്ടാമതൊരു കൗമാരത്തിന്റെ സൂചനകളാണ് ദൃശ്യമായത്. സജീവമായ ലൈംഗികജീവിതത്തിൽ നിന്ന് ഇടയ്ക്ക് സ്വയം പിൻമാറിയവരായിരിക്കരുതെന്ന് മാത്രം. ലൈംഗികജീവിതത്തിനുള്ള കഴിവ് എന്നന്നേക്കുമായി നഷ്ടപ്പെടുന്നതിന് പ്രധാനകാരണം ഇതിൽനിന്ന് ഇടയ്ക്ക് വിട്ടുനിൽക്കുന്നതാണ്. പതിനാല് വയസുകാരികളെ വളരെ ഇഷ്ടമായതിനാൽ വൃത്തികെട്ട കിളവനെന്ന് പലരും കുറ്റപ്പെടുത്തിയ ഒരു എൺപത്തഞ്ചുകാരൻ സുഹൃത്ത് എനിക്കുണ്ടായിരുന്നു. തന്നെ കുറ്റപ്പെടുത്തുന്നവർക്കൊക്കെ നല്ല തകർപ്പൻ മറുപടിയും അങ്ങേർ നൽകും. ''പതിനാല് വയസ്സുള്ള ആൺകുട്ടികൾക്കും ആ പെൺകുട്ടികളെ ഇഷ്ടമാണ്. പക്ഷെ, ആ ആൺകുട്ടികളെ മാത്രം വൃത്തികെട്ട കിളവന്മാർ എന്ന് ആരും വിളിക്കാത്തത് എന്തേ?''

സമൂഹം ബഹുമാന പ്രകടനമെന്നമട്ടിൽ നമ്മെ വൃദ്ധരാക്കാൻ നിർബന്ധിക്കുന്നു എന്നതാണ് പ്രശ്നം. വാസ്തവത്തിൽ അവർക്ക് ഏറ്റവും വിലയില്ലാത്തവരും പ്രായംചെന്നവരാണ്. റെഡ് ഇന്ത്യക്കാരുടെ ഇടയിൽ ഒരു ചൊല്ലുണ്ട്: 'ഗ്രാമത്തിൽ ഏറ്റവും പ്രായംചെന്നയാളിന്റെ നേർക്കെയ്ത് അസ്ത്രത്തിന്റെ ശക്തിപരീക്ഷിക്കുക.' ഒരിക്കൽ, *ആരും കേണലിന് എഴുതുന്നില്ല* എന്ന എന്റെ നോവൽ സിനിമയാക്കുന്നതിനെപ്പറ്റി

ഒരു നിർമ്മാതാവിനോട് സംസാരിച്ചപ്പോൾ അയാൾ പറഞ്ഞതെന്തെന്നോ? "വയസായവരുടെ കഥകൾ സിനിമയാക്കിയാൽ ഒരാളും കാണാനുണ്ടാവില്ല." ജനസംഖ്യാനുപാതികമായി ഏറ്റവും കൂടുതൽ വൃദ്ധജനങ്ങൾ ഉള്ളത് ഫ്രാൻസിലാണ്. ഇവിടെ റിട്ടയർമെന്റ് വയസ്സ് അറുപത് ആണ്. വാസ്തവത്തിൽ ഇതൊരു വലിയ അനീതിയാണ്. കാരണം ഫ്രാൻസിലെ വൃദ്ധരെപ്പോലെ ആക്രമണോത്സുകർ വേറെയില്ല. ചെറുപ്പക്കാരുമായി തെല്ലിടപോലും വിടാതെ ഇവർ പോരാടുന്നതുകാണണം. ടാക്സികൾക്ക് തിരക്കുകൂട്ടാനും ക്യൂവിൽ കടന്നുകൂടാനും, തെരുവിലെ വക്കാണങ്ങളിൽ പങ്കെടുക്കാനും മറ്റും ഇവർ യുവജനങ്ങളോടൊപ്പംതന്നെ ഏറ്റവും മുന്നിലാണ്. എപ്പോഴെങ്കിലും തങ്ങൾ പ്രായംചെന്നവരാണെന്ന് അവർക്ക് തോന്നിയിട്ടുണ്ടോ എന്തോ? ആവോ, എനിക്കറിയില്ല. പക്ഷെ, എനിക്കറിയാവുന്ന ഒരു കാര്യം പറയാം. ജീവിതത്തിലേറ്റവും നല്ലപ്രായത്തിൽ നിൽക്കുന്ന ഒരു അറുപതുകാരൻ കഴിഞ്ഞയാഴ്ചയിൽ ഒരുദിവസം അഞ്ചു വയസുള്ള ഒരു കുട്ടിക്ക് നൂറ് പെസോയുടെ ഒരു നോട്ട് സമ്മാനിച്ചു. ആഹ്ലാദഭരിതനായ കുട്ടി അല്പ്പമകലെയിരുന്ന തന്റെ അച്ഛന്റെ സമീപത്തേക്ക് ഓടിച്ചെന്ന് നോട്ട് വീശിക്കാട്ടിയിട്ടു പറഞ്ഞു. "അതാ ആ വയസനാണ് എനിക്ക് ഇതുതന്നത്!" അതെ, ഞാൻ തന്നെയായിരുന്നു ആ വയസ്സൻ. ഇക്കാര്യത്തിൽ എന്റെ തീരുമാനംതന്നെയാണ് അയാൾക്കും എന്ന് ഈ വിശദീകരണംകൊണ്ട് എനിക്ക് ബോധ്യപ്പെടുകയും ചെയ്തു. വാർദ്ധക്യത്തിന് എത്തിനോക്കാൻ അവസരം നൽകാതിരിക്കുകയെന്ന തീരുമാനം. എൺപത്തിരണ്ടാം വയസിൽ മരിച്ച എന്റെ അച്ഛന് അവസാനംവരെ അത്ഭുതകരമായ ഊർജ്ജസ്വലതയും പ്രസരിപ്പും ആണ് ഉണ്ടായിരുന്നത്. കാഴ്ചയിലും അദ്ദേഹത്തിന് പ്രായം തോന്നിച്ചിരുന്നില്ല. ഇതിന്റെ പിന്നിലെ ലളിതമായ രഹസ്യം ഞങ്ങൾ മക്കൾക്ക് നന്നായറിയാമായിരുന്നു. അച്ഛൻ തന്റെ പ്രായത്തെക്കുറിച്ച് ഒരിക്കലും ചിന്തിക്കാൻ ഒരുമ്പെട്ടില്ലെന്നതുതന്നെ.

തീർച്ചയായും ഇതിന് നല്ലതും കെട്ടതുമായ അപവാദങ്ങളുണ്ടാകാം. പക്ഷെ, ഇക്കാര്യത്തിൽ നല്ല അപവാദങ്ങളെക്കുറിച്ച് മാത്രം ചിന്തിക്കുന്നതാണ് ഉത്തമം. ക്യൂബൻ സാഹിത്യകാരനായ മിഗ്വൽ ബാർനറ്റ് ഒരു അടിമയുടെ ജീവചരിത്രം എഴുതിയിട്ടുണ്ട്. തനിക്ക് 104 വയസ്സുണ്ടെന്നാണ് ഈ അടിമ ബാർനറ്റിനോട് അവകാശപ്പെട്ടതത്രേ. അന്വേഷണത്തിൽ ഇത് ശരിയാണെന്ന് ബാർനറ്റിന് ബോധ്യപ്പെടുകയും ചെയ്തു. അല്പംപോലും മങ്ങാത്ത ഓർമശക്തി കാരണം തന്റെ രാജ്യത്തിന്റെ ജീവിക്കുന്ന ഒരു പുരാരേഖാശേഖരം തന്നെയായിരുന്നു അയാൾ.

ഭയം

ജോലി ചെയ്യുന്നതിന് തനിക്ക് ഏറ്റവും അധികം ഭയാശങ്കകൾ നേരിട്ടത് യുദ്ധകാലത്തോ അതുപോലുള്ള അപായകരമായ മറ്റ് വേളകളിലോ അല്ലെന്നാണ് പ്രശസ്ത പത്രപ്രവർത്തകയായ ഒറിയാന ഫലാച്ചി പറഞ്ഞിട്ടുള്ളത്. ഏറ്റവും പ്രധാന ഇന്റർവ്യൂ ചെയ്യുമ്പോഴാണത്രേ അവർക്കേറ്റവും ഭയമുണ്ടായിട്ടുള്ളത്. എന്നാൽ ഇവയിൽ തന്റെ വളരെ പ്രശസ്തമായ ഇന്റർവ്യൂകൾ പലതും പെടുന്നില്ലത്രേ. ഇത്തരം ഒരു പ്രസ്താവന കാര്യം ഗ്രഹിക്കാൻ നമ്മെ സഹായിക്കുന്നില്ലെങ്കിലും തൊഴിൽപരമായ ഭയത്തെക്കുറിച്ചുള്ള ചർച്ചയിലേക്ക് ഇത് വഴിതെളിയിക്കുന്നു. തന്റെ തൊഴിൽസംബന്ധിച്ച് ചില യാഥാർത്ഥ്യങ്ങളെ നേരിടുമ്പോൾ ഉത്തരവാദിത്വബോധമുള്ള ഏതൊരാൾക്കും തോന്നുന്ന ഭയമാണ് ഇതുകൊണ്ട് ഉദ്ദേശിക്കുന്നത്.

ഇക്കാലത്ത് പലർക്കും ഉള്ളതുപോലെ വിമാനത്തിൽ യാത്രചെയ്യാൻ ഭയമുള്ള ഒരാൾ പറഞ്ഞത് ജീവിതത്തിൽ താൻ ഏറ്റവും പേടിച്ചത് ഒരു ഭീമാകാരമായ ട്രാൻസ് അത്‌ലാന്റിക്ക് വിമാനത്തിന്റെ കോക്ക്പിറ്റിൽ നിന്നപ്പോൾ ആണെന്നാണ്. വിമാനയാത്രയോടുള്ള ഭയമകറ്റുന്നതിന് വിമാനത്തിലെ സുരക്ഷാസംവിധാനത്തെപ്പറ്റിയുംമറ്റും പറഞ്ഞുകൊടുക്കുകയാണ് ഏറ്റവും നല്ല മാർഗം എന്നുള്ളതുകൊണ്ട് പൈലറ്റാണ് ഇദ്ദേഹത്തെ കോക്ക്പിറ്റിലേക്ക് ക്ഷണിച്ചത്. വിമാനം പറക്കുവാൻ തുടങ്ങുന്നതുവരെ സുരക്ഷാസംവിധാനങ്ങളെപ്പറ്റിയും മറ്റുമുള്ള വിവരണം യാത്രികന് തികച്ചും ബോധ്യമാവുന്ന രീതിയിലായിരുന്നു. എന്നാൽ ഉയരാൻ തുടങ്ങുന്ന ആ നിമിഷം തങ്ങളുടെ ജോലിനിർത്തി പൈലറ്റും കോ-പൈലറ്റും സ്വന്തം നെഞ്ചിൽ കുരിശുവരച്ചു. കുരിശുവരയ്ക്കുന്നത് ഭയം കൊണ്ടല്ലെന്നും ഏതു വിശ്വാസിയും ചെയ്യേണ്ട കർത്തവ്യം മാത്രമാ

ണ്ണെന്നും അവിടെയുണ്ടായിരുന്ന ഒരു ഉത്തമനായ കത്തോലിക്കൻ വ്യക്തമായ ചില വാദങ്ങളോടെ സമർഥിക്കുകയും ചെയ്തു. പക്ഷെ അവിടെയുണ്ടായിരുന്നവരിൽ ഭൂരിപക്ഷംപേർക്കും ഒരു കാര്യം മനസിലായി. വലിയ വിമാനങ്ങളുടെ പൈലറ്റുകൾക്കും വിമാനയാത്ര അല്പംപേടിയുള്ള കാര്യം തന്നെയാണ്. ഭയമുണ്ടായിട്ടും വിമാനം നന്നായി പറത്തുന്നുണ്ടെന്ന ഒരു ഗുണം മാത്രമാണവർക്കുള്ളത്. ഇതുപോലെ ഒരിക്കൽ ഒരു ശസ്ത്രക്രിയാ വിദഗ്ധനോട് തൊഴിൽചെയ്യാൻ എന്തെങ്കിലും ഭയം തോന്നിയിട്ടുണ്ടോ എന്ന് ചോദിച്ചു. ശസ്ത്രക്രിയപോലെ ജീവിതത്തിന്റെയും മരണത്തിന്റെയും അതിർത്തിയിൽ വെച്ച് ചെയ്യുന്ന ജോലി മറ്റൊന്നില്ലാത്തതിനാൽ ചോദ്യം ഒട്ടും അനുചിതമായിരുന്നില്ല. ഈ വിദഗ്ധൻ നാല് രാഷ്ട്രത്തലവന്മാരെ ശസ്ത്രക്രിയക്ക് വിധേയമാക്കിയിട്ടുള്ള ആളും കൂടിയായിരുന്നതിനാൽ ഇക്കാര്യം ചോദിക്കാൻ ഏറ്റവും പറ്റിയ വ്യക്തിയുമായിരുന്നു. എന്നാൽ ഉത്തരം അല്പം അവ്യക്തമായിരുന്നെങ്കിലും ഉറച്ചതായിരുന്നു.“കുറച്ചുനാൾ മുമ്പ് എന്റെ ശസ്ത്രക്രിയാദ്ധ്യാപകനെത്തന്നെ ഇതിന് വിധേയമാക്കാനുള്ള ബഹുമതി എനിക്കുണ്ടായി.” ഇതിനുശേഷം പലതരത്തിലുള്ള ഭയങ്ങളെപ്പറ്റിയുമായി ചർച്ച നീണ്ടു. എന്തായാലും തന്റെ തൊഴിലിനെ കാര്യമായി എടുക്കുന്ന ആർക്കും, അയാൾ സമ്മതിച്ചാലും ഇല്ലെങ്കിലും തൊഴിൽ ചെയ്യുന്ന വേളകളിൽ പലപ്പോഴും ഉന്നതമായ ഉത്തരവാദിത്വബോധം കാരണം ഭയമനുഭവിക്കുക എന്നത് ഒരു കടമയാണെന്നതായിരുന്നു ചർച്ചയിലവസാനമുണ്ടായ അഭിപ്രായം.

എല്ലാ ഭയത്തിന്റെയും അടിസ്ഥാനം മരണഭയമാണെന്ന പൊതുവെയുള്ള ധാരണ ശരിയല്ലെന്നതിന് പല കഥകളും തെളിവുണ്ട്. പലർക്കും ഇതിലും കടുപ്പമേറിയ മറ്റൊരു ഭയമുണ്ട്— പ്രസംഗിക്കാനുള്ള ഭയം. ഞങ്ങളെപ്പോലെ ഭയങ്കരമായി ഇതനുഭവിക്കുന്നവർക്ക് മാത്രമേ ഈ ഭയം എന്തൊരു ആശയകുഴപ്പത്തിലേക്കാണ് നയിക്കുക എന്ന് മനസ്സിലാകൂ. ഈ ഭയത്തെ അടക്കിനിർത്തുന്നവർക്ക് പോലും അപ്രതീക്ഷിതമായ സംഭവങ്ങൾ ഭീതിയുണർത്താറുണ്ട്. ഒരിക്കൽ ഒരു സുഹൃദ്സംഭാഷണത്തിൽ ചിലിയിലെ പ്രസിഡന്റ് ഞങ്ങളോടു പറഞ്ഞ കഥ ഇതാണ്. ഒരിക്കൽ ഒരു യോഗത്തിന് തന്റെ തൊട്ടടുത്തിരുന്ന മുഖ്യാതിഥിയുടെ പേര് അദ്ദേഹം പൂർണമായും മറന്നുപോയത്രേ. അന്ന് അദ്ദേഹം ആ പേര് മറന്നു പോയെന്ന് മാത്രമല്ല, വർഷങ്ങൾക്ക് ശേഷം ഈ കഥ പറയുമ്പോഴും അദ്ദേഹത്തിന്റെ ആ പേര് ഓർമ്മവരുന്നില്ല.

നാം ഇതുവരെ ചർച്ചചെയ്യാത്ത മറ്റൊരു ഭയമുണ്ട്. അപ്രതീക്ഷിതമായി നാം ചില പരിചയക്കാരെ കണ്ടുമുട്ടുമ്പോൾ അവരുടെ പേര് ഓർക്കാൻ കഴിയാതിരിക്കുന്നതാണിത്. പ്രത്യേകിച്ച് ഈ പരിചയക്കാരൻ നമ്മെ ഈ ഗതികേടിൽ നിന്ന് കരകയറ്റാൻ വേണ്ട കാരുണ്യമില്ലാത്തവനാകുമ്പോഴും, പകരം ഇതിന് നേരെ വിരുദ്ധമായ പ്രവൃത്തികൾ ചെയ്യുമ്പോഴും ഉള്ള സ്ഥിതിയാണേറ്റവും കഷ്ടം. അതുകൊണ്ടാണ് നല്ല

സ്വഭാവക്കാരായ ചില വായനക്കാരോട് എഴുത്തുകാർ വളരെ കൃതജ്ഞരായിരിക്കുന്നത്. ഏതെങ്കിലും പുസ്തകം തങ്ങൾക്ക് സമ്മാനമെന്ന മട്ടിൽ പേരെഴുതി നൽകണമെന്ന് ആവശ്യപ്പെടുന്നതോടൊപ്പംതന്നെ, അവരുടെ പേര് എഴുത്തുകാരന് അറിയുമെന്ന് അവർക്ക് ബോധ്യമുണ്ടെങ്കിൽ തന്നെയും ഈ സൽസ്വഭാവികൾ സ്വന്തം പേര് പറയാൻ ശ്രദ്ധകാണിക്കുന്നു. "പ്രിയപ്പെട്ട മനുഷ്യാ, അങ്ങയുടെപേര് ഞാൻ മറന്നുപോകുമെന്ന് എങ്ങനെ ചിന്തിക്കാൻ കഴിഞ്ഞു?" എന്ന് അവരോട് ആ ശ്വാസത്തോടെ പറയാൻ തയ്യാറാവുകയും ചെയ്യും. സ്നേഹത്തോടെ തന്റെ പേരെഴുതി സമ്മാനമായി നൽകുന്നതും കാത്ത് നിശബ്ദമായി ആളിന്റെ മുമ്പിൽ പുസ്തകം തുറന്ന് പേനയും പിടിച്ച് ഇരിക്കുന്നതിനേക്കാൾ പേടിപ്പെടുത്തുന്ന മറ്റൊരു അവസ്ഥ ഇല്ല. അയാളുടെ മുഖത്ത് നോക്കാതെ പുസ്തകത്താളിൽ തന്നെ ദൃഷ്ടിയുറപ്പിച്ചുകൊണ്ട് പേര് ചോദിക്കുകയെന്നതാണ് ഈ അവസ്ഥയിൽ നിന്ന് കരകയറാനുള്ള ഒരു മാർഗം. എന്നാൽ ഇതിന് ഇങ്ങനെ മറുചോദ്യം ചോദിക്കുന്നവരുമുണ്ടാകും. 'ഇതുവരെ എന്റെ മുഖത്ത് നോക്കാൻപോലും തയ്യാറാകാത്ത നിങ്ങൾ എന്റെ പേരെങ്ങനെ അറിയാനാണ്?' ആ സമയം നിങ്ങൾ മുഖമുയർത്തിനോക്കുമ്പോൾ നിങ്ങളുടെ സ്മരണയിൽ നിന്ന് എന്നേക്കുമായി അപ്രത്യക്ഷമായ പേരുള്ള ഒരു പരിചിതമുഖം കാണുകയെന്ന ഭീതിദമായ സംഭവമാണുണ്ടാവുക.

ഏറ്റവും സാധാരണവും തീവ്രവുമായത് യാത്രചെയ്യാനുള്ള ഭയം തന്നെയാണ് എന്ന് തോന്നുന്നു. യാത്രയുടെ ഭൗതികമായ അപായസാധ്യതകളെപ്പറ്റിയല്ല ഞാൻ പറയുന്നത്. മറിച്ച് യാത്രാദിവസം നിങ്ങളെ പതിവിലും നേരത്തെ വിളിച്ചുണർത്തുന്ന ആ അതിഭൗതികമായ അടികൾ ഉണ്ടല്ലോ അവയെക്കുറിച്ചാണ്.യാത്രചെയ്ത് പരിചയമായിട്ടും ഈ ഭയത്തിന് അറുതിയുണ്ടാകാറില്ല. നേരെമറിച്ച് യാത്ര ഏറുംതോറും ഈ ഭയം വർദ്ധിക്കുകയാണ് ചെയ്യുന്നത്. യാത്രകൾ കൂടുന്നതനുസരിച്ച് എന്തെന്ന് പറയാൻ കഴിയാത്ത നിങ്ങളുടെ അസ്വസ്ഥതയും വർദ്ധിക്കുന്നു. ഒരു യാത്രതുടങ്ങാൻ തീരുമാനിച്ചാൽ പിന്നെ അതവസാനിക്കുമ്പോൾ മാത്രമവസാനിക്കുന്ന അജ്ഞാതത്തെക്കുറിച്ചുള്ള അനിശ്ചിതത്വം പോലെയാണിത്. പുതിയ കണ്ടുപിടുത്തങ്ങളോടെ സ്ഥിതി കൂടുതൽ വഷളാവുകയാണ് ചെയ്തിട്ടുള്ളത്. മുമ്പൊക്കെ മനുഷ്യന് ചിന്തിക്കാൻ കഴിയുമായിരുന്ന ചില പരിമിതികൾക്കകത്തായിരുന്നു യാത്രക്കുള്ള മാ ധ്യമങ്ങൾ. അന്നൊക്കെ നമ്മുടെ ആത്മാവ് നമ്മുടെ ശരീരത്തിൽ തന്നെയുള്ള അവസ്ഥയിലാണ് യാത്രക്കായി വീടുവിട്ടിറങ്ങുക. ഇന്ന് പന്ത്രണ്ട് മണിക്കൂർ കൊണ്ട് അത്‌ലാന്റിക്ക് സമുദ്രം താണ്ടി ഭൂഗോളത്തിന്റെ മറുവശത്ത് എത്തുമെന്ന് ഉറപ്പ്— വിയോജന സാധ്യതയുണ്ടെങ്കിലും--ആണ്. എന്നാൽ മറുകരയിലെത്തുന്നത് ശരീരം മാത്രമാണ്. ആത്മാവ് അതിന്റേതായ, കുറേകൂടി മനസിലാക്കാൻ കഴിയുന്ന വേഗതയിൽ പിന്നാലെ എത്തുകയേ ഉള്ളു. ചിലപ്പോൾ സ്വന്തം ശരീരവും

വലിച്ചിഴച്ചുകൊണ്ട് അയഥാർത്ഥ്യത്തിന്റെ മൂടൽമഞ്ഞിൽപ്പെട്ട് എട്ട് ദിവസംവരെയൊക്കെ അലയേണ്ടിവരുന്നു. അവസാനമാണ് ആത്മാവും എത്തിച്ചേരുന്ന ആ ആനന്ദമുഹൂർത്തം വന്നെത്തുക.

അവസാനം മനുഷ്യന്റെ ഏറ്റവും പുരാതനവും ഏറ്റവും ഇരുണ്ടതുമായ ആ ഭയവും ചർച്ചയിൽ വിഷയമായി— പ്രേമത്തെക്കുറിച്ചുള്ള ഭയം. ഓരോ തവണ പ്രേമത്തിൽപ്പെടുമ്പോഴും ആദ്യത്തേതിലെന്നപോലെ ഭയമുണ്ടാക്കുന്നുവെന്ന് സമ്മതിക്കാൻ അധികമാരും തയ്യാറായില്ലെങ്കിലും ഭയത്തെ ഭയമില്ലാത്തവർ പറഞ്ഞത് ഇതുപോലെ തടുക്കാനാവാത്തതും, നിരാശയിലാഴ്ത്തുന്നതുമായ മറ്റൊരു ഭയമില്ലെന്നാണ്. പാകതയുടെ അടുത്തെത്തിയ ഒരു മാന്യൻ പറഞ്ഞു: "നിങ്ങൾക്ക് കൂടുതൽ ബുദ്ധിയുണ്ടെങ്കിൽ കൂടുതൽ ഭയവും ഉണ്ടാകും. അതുകൊണ്ട് ഏറ്റവും വലിയ ബുദ്ധിമാന് എല്ലാത്തിനേയും ഭയമായിരിക്കും." ഏറ്റവും വലുത് മരണത്തെക്കുറിച്ചുള്ള ഭയംതന്നെ. പക്ഷെ, എന്നെ സംബന്ധിച്ചിടത്തോളം എന്റെ മരണം എന്നിൽ ഉണർത്തുന്ന ഏറ്റവും വ്യക്തമായ വികാരം ഭയത്തേക്കാൾ രോഷമാണെന്നായിരുന്നു ഞാൻ പറഞ്ഞത്. ഇതെത്ര അനീതിയാണെന്നതിന്റെ രോഷം. മരണത്തിന്റെ ഇര എഴുത്തുകാരനാകുമ്പോൾ അനീതി ഏറെയാണ്. കാരണം തന്റെ അനുഭവങ്ങൾ മറ്റുള്ളവർക്ക് പറഞ്ഞുകൊടുത്തു ജീവിക്കുന്ന എഴുത്തുകാരന് തന്റെ ജീവിതത്തിലേറ്റവും പ്രധാനവും നാടകീയവുമായ മരണമെന്ന അനുഭവം മറ്റുള്ളവർക്കു പറഞ്ഞുകൊടുക്കാനുള്ള അവസരം നിഷേധിക്കപ്പെടുക എന്ന അനീതി. തന്റെ ഭയത്തെക്കുറിച്ച് ഒറിയാന ഫലാച്ചി നടത്തിയ സ്വാഭാവികമായൊരു കുമ്പസാരം നമ്മെ സമാശ്വസിപ്പിക്കാൻ കഴിയാത്ത ഏതൊക്കെ തീവ്രാവസ്ഥകളിലേക്ക് നയിച്ചു എന്ന് അവർ ഒരിക്കലും ചിന്തിച്ചിരിക്കില്ല.

വായനാശീലത്തെക്കുറിച്ച്

"**ഏ**ത് പുസ്തകമാണ് നിങ്ങൾ ഇപ്പോൾ വായിക്കുന്നത്?" എഴുത്തുകാർ പരസ്പരം ചോദിക്കുന്ന ചോദ്യമാണിത്. രണ്ട് കാരണങ്ങൾ കൊണ്ടാണീ ചോദ്യം അവർ ഉന്നയിക്കാറുള്ളത്. എഴുത്തുകാർ പരസ്പരം വളരെ അപൂർവമായി മാത്രമേ, എന്താണ് ഇപ്പോൾ എഴുതുന്നത് എന്ന് ചോദിക്കാറുള്ളൂ എന്നത് തന്നെ ഒന്നാമത്തെ കാരണം. തൊഴിൽപരമായ കാരണങ്ങളാൽ ഒരു എഴുത്തുകാരൻ എന്തെങ്കിലും അഭിപ്രായപ്രകടനത്തിനർഹതയുള്ള ഒരു പുസ്തകം എപ്പോഴും വായിച്ചുകൊണ്ടിരിക്കണമെന്ന് ഒരു ധാരണയുണ്ടെന്നതാണ് രണ്ടാമത്തെ കാരണം. പക്ഷെ മേൽപ്പറഞ്ഞ ആ ചോദ്യത്തിന് ആരും വ്യക്തമായ ഉത്തരം നൽകാറില്ല. കാരണം ഒരു പ്രായം കഴിഞ്ഞാൽ താൻ വായിക്കുന്നതെന്തെന്ന് തനിക്കുപോലും അറിയില്ലെന്നതു തന്നെ. കൊള്ളാവുന്നതെല്ലാം താൻ വായിച്ചു കഴിഞ്ഞതാണെന്ന അപകടകരമായ വിശ്വാസം മൂലമാണിത്. മുമ്പ് വായനക്കായി ഉപയോഗിച്ച സമയമൊക്കെ പിന്നീട് അവിടെയും ഇവിടെയും നിന്ന് ചില ഭാഗം മാത്രമെടുത്ത് പരിശോധിക്കുന്നതിന്--പെട്ടെന്നെന്തെങ്കിലും ഒരു കണ്ടുപിടിത്തം നടത്താമെന്ന വിശ്വാസത്തിൽ— ചെലവിടുന്നു.

വളരെ ചെറുപ്പത്തിൽ തന്നെ വായനാശീലം ഉണ്ടായില്ലെങ്കിൽ, പിന്നെ ഒരിക്കലും ഉണ്ടാകുന്ന പ്രശ്നമേയില്ലെന്ന് പറയുന്നത് വളരെ ശരിയാണ്. പുസ്തകങ്ങളെ സ്നേഹിക്കാൻ കുട്ടികളെ പഠിപ്പിക്കണമെന്നും—ശരിയായാലും തെറ്റായാലും--പറയാറുണ്ട്. എന്തായാലും വായന പകരുന്ന തരമൊരു സ്വഭാവമാണെന്ന് തോന്നുന്നു. നല്ല വായനാശീലമുള്ളവരുടെ മക്കൾ പൊതുവേ നല്ല വായനാശീലക്കാരാണ്. അതുകൊണ്ട് പലപ്പോഴും വായന ഒരു കുടുംബകാര്യമായിത്തീരുന്നു. സംഗീതപ്രേമവും ഇതുപോ

ലെതന്നെയാണ്. പക്ഷെ, ഈ രണ്ട് സ്വഭാവത്തിന്റെ കാര്യത്തിലും മുതിർന്നവരുടെ സമ്മർദ്ദങ്ങൾ വിപരീതഫലം ഉളവാക്കും. സ്ഥിരമായി ദിനപാഠങ്ങളും മറ്റും നൽകി കുട്ടികളെ പിയാനോ വായന പഠിപ്പിക്കരുതെന്ന് ഒരു മഹാനായ സംഗീതാധ്യാപകൻ പറയുന്നത് ഞാൻ കേട്ടിട്ടുണ്ട്. അത് അവർക്ക് പീഡനപാഠങ്ങളാണത്രെ. വീട്ടിലുള്ള പിയാനോയിൽ കുട്ടികളെ കളിക്കാനും മറ്റും അനുവദിക്കുകയാണ് ഉത്തമം.

ഏറ്റവും ശക്തമായ വായനാശീലമുള്ളവർ കവികളാണെന്ന് തോന്നുന്നു. ക്ലേശം സഹിച്ചും ഇവർ വായനയിൽ ഏർപ്പെടുന്നു. എന്നാൽ നോവലിസ്റ്റുകളാകട്ടെ, മറ്റ് നോവലിസ്റ്റുകൾ എങ്ങനെയാണ് രചന നടത്തുന്ന രീതിയെന്നറിയാൻ മാത്രമാണത്രേ വായന നടത്തുന്നത്. ഈ തൊഴിലിന്റെ ഏറ്റവും സൂക്ഷ്മമായ നട്ടും ബോൾട്ടുംവരെ അങ്ങനെ അവർ അഴിച്ചു പരിശോധിക്കുന്നു. ഒരു വാച്ച് എങ്ങനെയാണ് ഉണ്ടാക്കിയതെന്നറിഞ്ഞിട്ട് വീണ്ടും എല്ലാം പൂർവസ്ഥിതിയിലാക്കുന്നത് പോലെയാണത്. എല്ലാ വാച്ച് നിർമാതാവിന്റെയും രഹസ്യം അറിയുകയാണതിന്റെ പിന്നിലെ ഉദ്ദേശ്യം. പക്ഷെ കവികളും നോവലിസ്റ്റുകളും ഒരുപക്ഷെ കടുത്ത വായനക്കാർപോലും ജീവിതത്തിന്റെ ഒരു ഘട്ടത്തിലെത്തുമ്പോൾ ഇനി പുതിയതൊന്നും വായിക്കാനില്ലെന്ന ധാരണയിലെത്തുന്നു. അപ്പോഴവർ, ഇപ്പോൾ പണ്ടത്തെപ്പോലെയാരും നല്ല പുസ്തകങ്ങളെഴുതാറില്ലെന്ന് തീർച്ചയാക്കിക്കൊണ്ട് തങ്ങളുടെ പഴയ പ്രിയപ്പെട്ട പുസ്തകങ്ങൾ തന്നെ വീണ്ടുമെടുത്ത് വായിക്കുന്നു. അത്തരം സമയങ്ങളിലാണ് പലപ്പോഴും ആ തുലയ്ക്കുന്ന ചോദ്യം ഉയരുന്നത്. 'എന്താണ് വായിക്കുന്നത്?' പലപ്പോഴും ഇതിനു നൽകുന്ന മറുപടിയാകട്ടെ, 'ഒന്നുമില്ല' എന്നായിത്തീരുന്നത് അസാധാരണമല്ല.

പല ശീലങ്ങൾ പോലെയും, നഷ്ടപ്പെട്ടുപോകാവുന്ന ഒന്നാണ് വായനാശീലവും. മടുപ്പുകൊണ്ടോ, സാഹിത്യതാൽപര്യം അവസാനിച്ചതുകൊണ്ടോ ആകണമെന്നില്ല ഇത്. കുറെക്കൂടി ലളിതമാണിതിന്റെ കാരണം. വായനാശീലം പിടികൂടുന്ന ആദ്യനാളുകളിൽ കൈയിൽ കിട്ടുന്നതെന്തും നമുക്ക് വായിക്കാം. തുരുമ്പുപിടിച്ച തകരപ്പെട്ടിക്കുള്ളിൽ പഴയ കടലാസുകളുടെയിടക്കുനിന്ന് കിട്ടിയ *ആയിരത്തൊന്ന് രാവുകൾ* മുതൽ, എന്തും അപ്പോൾ വായിക്കും. പക്ഷെ ക്രമമായി ഈ വായനാശീലം വളരുമ്പോൾ, കുട്ടികൾക്കുള്ള കഥകളും, അര ടൺ കോമിക്ക് ബുക്കുകളും കഴിഞ്ഞാൽ ഏറ്റവും ഇഷ്ടപ്പെടുന്ന പുസ്തകം *ബൈബിൾ* ആയിരിക്കും. പക്ഷെ, എന്റെ ചെറുപ്പകാലത്ത് കാസിഡോറോ ദെ റെയീനയുടെയും കിപ്രിയാനോ ദെ വരെലയുടെയും വ്യാഖ്യാനങ്ങൾ വായിക്കേണ്ട ദുർവിധിയാണ് ചെറുപ്പക്കാർക്ക് ഉണ്ടായതെന്ന് മാത്രം. 'നമ്മുടെ പിതാവ്' എന്ന മട്ടിലുള്ള ഭാഷ, അക്കമിട്ട് എഴുതിയ ശ്ലോകങ്ങൾ, അവക്കൊക്കെയാകട്ടെ തെറ്റായ വൃത്തം, മോശപ്പെട്ട പ്രാസം.

പിന്നെ കുറെകഴിഞ്ഞ് തോമസ് മന്നിന്റെ അവിസ്മരണീയമായ *ജോസഫും സഹോദരന്മാരും* വായിക്കുമ്പോൾ *ബൈബിൾ* എന്തുകൊണ്ട്

ഇതുപോലെ എഴുതിയില്ലെന്ന് നാം ആലോചിക്കും. ആയുഷ്ക്കാലം മുഴുവൻ വായിക്കാവുന്ന ഇരുന്നൂറ് വാള്യങ്ങളുള്ള ഒരു തീവ്രമായ കഥയാക്കാമായിരുന്നില്ലേ അത് എന്ന് നാം ചിന്തിക്കും. *ബൈബിളിന്റെ* മറ്റൊരു മികച്ച വ്യാഖ്യാനത്തെ നമ്മുടെ കത്തോലിക്കരായ മുത്തശ്ശൻമാരും മുത്തശ്ശികളും പ്രോട്ടസ്റ്റന്റ് ബൈബിളെന്ന് കുറ്റപ്പെടുത്തി. ആ പുസ്തകത്തെക്കുറിച്ച് അതിഭൗതികമായൊരു ഭയം നമ്മിൽ കുത്തിവെച്ചു. എല്ലാ ഹോട്ടലിലും രാത്രിവേളകളിൽ അതിഥികളവ മോഷ്ടിച്ചു കൊണ്ടുപോകുമെന്ന വ്യാമോഹത്തിൽ മേശകളിൽ കരുതാറുണ്ട് ഈ പുസ്തകം. നമ്മുടെ മുത്തച്ഛന്മാരും മുത്തശ്ശിമാരും നീണ്ട സന്ദർഭവിവരണങ്ങളടങ്ങിയ കത്തോലിക്കാ ബൈബിൾ തന്നെ നമ്മിലടിച്ചേൽപ്പിക്കാനുള്ള നിർഭാഗ്യകരമായ ശ്രമങ്ങൾ നടത്താറുണ്ട്. യഥാർത്ഥത്തിൽ പറയുന്നതിൽ നിന്ന് വ്യത്യസ്തമായ അർഥമാണ് മൂലത്തേക്കാൾ ദൈർഘ്യത്തിൽ കുത്തിനിറച്ചിട്ടുള്ള വ്യാഖ്യാനങ്ങളിൽ കൊടുത്തിരിക്കുന്നത്, ഉദാഹരണത്തിന് വശ്യവും രതിപ്രധാനവുമായ 'ഗാനങ്ങളുടെ ഗാനം' ആ അർഥത്തിലെടുക്കരുതെന്നും, പകരം ക്രിസ്തുവും സഭയും തമ്മിലുള്ള ബന്ധത്തിന്റെ ഏതോകിറുക്കൻ രൂപകാലങ്കാരമായി കാണണമെന്നുമാണ് അതിലെ വ്യാഖ്യാനം. ഇത്തരം ബാലിശമായ യുക്തി കാണുമ്പോൾ ആലോചിച്ചുപോകുന്നത് വികാരതീവ്രമായ ഈ വാചകം കൊണ്ട് എന്തായിരിക്കും അർത്ഥമാക്കുക എന്നാണ്, 'പാലും തേനും നിങ്ങളുടെ നാവിനടിയിലാണ്.'

ഒഴിച്ചുകൂടാൻ വയ്യാത്ത പുസ്തകങ്ങൾ വായിച്ചുതീർക്കാൻതന്നെ വേണം ആയുസ്സിന്റെ പകുതി. ശേഷിച്ച മറ്റേ പകുതിയിൽ ജനം ചോദിച്ചുകൊണ്ടേയിരിക്കും.''എന്താണ് വായിക്കുന്നത്?'' നല്ല വായനക്കാർക്ക് നൽകാവുന്ന ഒരേയൊരു മറുപടി ഇതാണ്, ''ഞാൻ പുതുതായി ഒന്നും വായിക്കുന്നില്ല, മുമ്പ് വായിച്ചവ വീണ്ടും വായിക്കുന്നേയുള്ളൂ.'' കവി അൽവാരോ മുട്ടിസ് പലപ്പോഴും 'പ്രൗസ്റ്റ് ഉത്സവങ്ങൾ'എന്നദ്ദേഹം വിളിക്കുന്ന ചില മേളകൾ നടത്താറുണ്ട്. ആ മഹാനായ ഫ്രഞ്ച് നോവലിസ്റ്റിന്റെ (പ്രൗസ്റ്റ്) തെരഞ്ഞെടുത്ത ചില രചനാഭാഗങ്ങൾ ആവർത്തിച്ച് വായിക്കുകയാണ് ഈ മേളകളിലെ പരിപാടി. മൂന്ന് വർഷം മുമ്പ് അൽവാരോ മുട്ടിസ് ബൽസാക്കിന്റെ മൂന്ന് സമ്പൂർണ്ണ നോവലുകൾ ഇങ്ങനെ വായിച്ചുതീർത്തുവത്രേ. അതുകൊണ്ട് ഇപ്പോൾ എന്താണ് വായിക്കുന്നതെന്ന ചോദ്യം അദ്ദേഹത്തോട് ചോദിച്ചാൽ ഒരുപക്ഷെ, കോൺറാഡിന്റെ രചനകളെല്ലാം വീണ്ടും വായിക്കാൻ ചിലപ്പോൾ നമ്മെ പറഞ്ഞയച്ചെന്ന് വരും. നേരെമറിച്ചാണ് ആ പഴയ കറ്റലൻ അധ്യാപകൻ റമോൺ വിന്യെസിനോട് ചോദിച്ചാലുള്ള ഫലം. എപ്പോഴും തന്റെ അപ്പോഴത്തെ മാനസിക ഭാവമനുസരിച്ചുള്ള മറുപടി നൽകുന്ന അദ്ദേഹം നല്ല മൂഡിലാണെങ്കിൽ ഒരു മടിയും കൂടാതെ പറയും: “ഇക്കാലത്ത് ഏറ്റവും സുരക്ഷിതം ഒന്നും വായിക്കാതിരിക്കുകയാണ്”.

മുമ്പ് വായിച്ചത് വീണ്ടും വായിക്കുന്നതിലുള്ള ഏറ്റവും വലിയ അപകടം അത് നമ്മെ ആകെയൊരു മോഹഭംഗത്തിൽ എത്തിക്കുമെന്നതാണ്. ഏതോ ഒരു കാലത്ത് നമ്മെ വല്ലാതെ ആകർഷിച്ച പല രചനകളും പിൽക്കാലത്ത് അസഹ്യമായി അനുഭവപ്പെടും. ഹൈസ്കൂൾ കാലത്തെ കാമുകിയെ വീണ്ടും കണ്ടുമുട്ടുമ്പോഴുള്ളപോലെയൊരനുഭവമാണത്. (പ്രേമിച്ചെങ്കിലും നിങ്ങൾ തമ്മിൽ വിവാഹിതർ ആകാതിരിക്കുകയും, അവൾക്കൊപ്പം വയസ്സാവുകയും ചെയ്തിരിക്കണമെന്നും മാത്രം) എങ്കിലും എന്നെ സംബന്ധിച്ചിടത്തോളം ചെറുപ്പകാലത്ത് എനിക്ക് ആവേശം പകർന്ന പല പുസ്തകങ്ങളും ഇന്നു തെല്ലും കുറയാത്ത അളവിൽ എനിക്ക് പ്രിയംകരമാണ്. അവയിൽ ഏറ്റവും പ്രധാനം മൂന്ന് പേരുകളുടെ കൃതികളാണ്. ഹെർമൻ മെൽവിൽ, റോബർട്ട് ലൂയി സ്റ്റീവൻസൺ, അലക്സാണ്ടർ ഡ്യൂമ. എന്നാൽ വില്യം ഫോക്നറിന്റെ സ്ഥിതി മറിച്ചാണ്. ആ പ്രഗത്ഭന്റെ രചനകൾ വായിച്ചില്ലായിരുന്നെങ്കിൽ ഈ തൊഴിലിന്റെ ഏറ്റവും മികച്ച പാഠങ്ങൾ ഞാൻ പഠിക്കുമായിരുന്നില്ല. പക്ഷെ ഇന്ന് അദ്ദേഹത്തിന്റെ കൃതികൾ വായിക്കുക എനിക്ക് ദുഷ്കരമാണ്. ഒരർത്ഥത്തിൽ ഈ അവസ്ഥ ഞാൻ മുൻകൂട്ടി കണ്ടിരുന്നതാണ്. ഫോക്നർ ഒരു വാചാടോപ വിദഗ്ധൻ മാത്രമാണെന്നും കുറെക്കാലം കഴിഞ്ഞാൽ അദ്ദേഹത്തിന്റെ കൃതികൾ വായിക്കുക അസഹ്യമായിരിക്കുമെന്നും ഉള്ള ഭീതി 1949ൽ ഞാൻ റമോൺ വിന്യെസിനോട് ഏറ്റുപറഞ്ഞിരുന്നു. അന്ന് ആജ്ഞാനിയായ വയോധികൻ പറഞ്ഞ മറുപടി അന്നത്തേക്കാൾ ഏറെ പ്രഹേളികയായി ഇന്ന് അനുഭവപ്പെടുന്നു. “വിഷമിക്കാതിരിക്കൂ, ഫോക്നർ ഇപ്പോൾ ഇവിടെ ഉണ്ടായിരുന്നെങ്കിൽ, ഈ മേശക്കരികിൽ ഇരിക്കുമായിരുന്നു!”

എന്തായാലും കാലം വായനാശീലത്തിനെതിരെ പ്രവർത്തിക്കുന്ന ഒരു ഘടകമാണ്. അതുകൊണ്ടുതന്നെയാണ് പരിചയമുള്ളവരും സഹായം ചെയ്യുന്നവരുമായ പുസ്തകക്കടക്കാരൊന്നും ഇന്നില്ലാത്തതും, സായാഹ്നവേളകളിൽ കൂടിക്കാഴ്ചകൾക്കും മറ്റുമുള്ള വേദിയായി മുമ്പത്തെപ്പോലെ പുസ്തകശാല ഇന്ന് മാറാത്തതും. കുടുംബഡോക്ടറും, സ്വന്തം ടൂത്ത് ബ്രഷുംപോലെ മുമ്പൊക്കെ ഓരോരുത്തർക്കും സ്വന്തം പുസ്തകവില്പനക്കാരും ഉണ്ടായിരുന്നു. ദന്തഡോക്ടർ തന്റെ ഓഫീസിലെന്നപോലെ, ഈ പുസ്തകവില്പനക്കാർ തങ്ങളുടെ സ്വന്തം സ്ഥാപനവും ബിസിനസും നേരിട്ട് ശ്രദ്ധിച്ചു വന്നു. തന്റെ സ്ഥിരം കസ്റ്റമർമാരിൽ ഓരോരുത്തർക്കും ഇഷ്ടപ്പെടാൻ സാധ്യതയുള്ള പുസ്തകമേതെന്ന് ഇവർക്ക് പുതിയ പുസ്തകങ്ങളുടെ ലിസ്റ്റ് വായിച്ചാൽത്തന്നെ മനസിലാകും. അവർക്ക് തെറ്റുപറ്റുക അപൂർവമാണ്. അക്കാലത്ത് പുസ്തകക്കടയിൽ വൈകുന്നേരത്തെ സ്ഥിരം സന്ദർശനത്തിന് എത്തുമ്പോൾ തന്നെ അടുത്ത ഒരു മാസത്തെ പാതിരാവുകൾ മുഴുവൻ ചെലവഴിക്കുന്നതിനുള്ള പുസ്തകങ്ങൾ പ്രത്യേകം മാറ്റിവെച്ചിരിക്കുന്നുണ്ടാകും. ഇന്ന് പുസ്തകക്കടകൾ മിന്നിത്തിളങ്ങുന്ന പടുകൂറ്റൻ കമ്പോളങ്ങളായിരിക്കു

ന്നു. ഇവിടെ വൻതോതിൽ അടിച്ചിറക്കുന്ന പുത്തൻ പുസ്തകങ്ങൾ കൊണ്ട് നിറച്ചിരിക്കുകയാണ്. സമയം പോകാൻ മാത്രം വായിക്കാവുന്ന ഇവ വായിച്ചുകഴിഞ്ഞാൽ അടുത്ത നിമിഷം ചവറ്റുകുട്ടയിൽ തള്ളാം. മുമ്പ് വായിച്ചവതന്നെ വീണ്ടും വായിക്കാൻ കിട്ടുകയും എളുപ്പമല്ല. കാരണം രണ്ടുവർഷംമുമ്പ് വളരെ പ്രചാരം നേടിയ പുസ്തകത്തെക്കുറിച്ച് ഇന്ന് ചോദിച്ചാൽ ആർക്കും ഒന്നും അറിയില്ല. ലോകത്തിനു വന്നിട്ടുള്ള മാറ്റത്തെക്കുറിച്ച് അറിയണമെങ്കിൽ ബഹിരാകാശ ഉപഗ്രഹ വിക്ഷേപണികളെ നോക്കേണ്ട കാര്യമില്ല. നിങ്ങളുടെ കവലയിലുള്ള പുസ്തകക്കടയിൽ ചെന്ന് നോക്കിയാൽ മതി— ആ പുസ്തകക്കട ഇപ്പോഴും അവശേഷിച്ചിട്ടുണ്ടെങ്കിൽ. അതുകൊണ്ടാണ് കഴിഞ്ഞയാഴ്ച പ്രഗത്ഭനായ ഒരു സമകാലിക സാഹിത്യകാരനോട് ടെലിഫോണിൽ, ഇപ്പോൾ എന്തൊക്കെയാണ് വായിക്കുന്നത് എന്ന് ചോദിച്ചപ്പോൾ, രണ്ടാമതൊന്ന് ആലോചിക്കുകകൂടി ചെയ്യാതെ അദ്ദേഹം ഇങ്ങനെ മറുപടി പറഞ്ഞത്.''*ടൈം മാഗസിൻ* ഒഴിച്ച് ഞാൻ ഇപ്പോൾ ഒന്നും വായിക്കാറില്ല!''

ആന്റണി ക്വിന്നും പത്ത് ലക്ഷം ഡോളറും

"*ഏകാന്തതയുടെ നൂറുവർഷ*ങ്ങൾ അമ്പതുമണിക്കൂർ നീളുന്ന ടെലിവിഷൻ പരമ്പരക്ക് പറ്റിയതാണ്. പക്ഷെ, ഗാർസിയ മാർക്കേസിന് പുസ്തകത്തിന്റെ ചലച്ചിത്ര പകർപ്പവകാശം വിൽക്കാൻ താല്പര്യമില്ല." നടൻ ആന്റണി ക്വിൻ ഒരു സ്പാനിഷ് ഭാഷാമാസികയോട് പറഞ്ഞതാണിത്. അദ്ദേഹം തുടർന്നു: "ഞാൻ പകർപ്പവകാശത്തിന് മാർക്കേസിന് പത്തു ലക്ഷം ഡോളർ വാഗ്ദാനം ചെയ്തതാണ്. പക്ഷെ കമ്യൂണിസ്റ്റായ മാർക്കേസ്, താൻ പത്തുലക്ഷം ഡോളർ കൈപ്പറ്റിയെന്നാരും അറിയരുതെന്നുള്ളതുകൊണ്ട് ആ വാഗ്ദാനം നിരസിച്ചു." എന്നിട്ട് ഭക്ഷണത്തിനുശേഷം അദ്ദേഹം എന്നോട് ഒറ്റയ്ക്ക് വന്ന് ചോദിച്ചു: "താങ്കൾ എന്തിന് പരസ്യമായി എനിക്ക് അത്രയും പണം വാഗ്ദാനം ചെയ്തു? സാക്ഷികളാരും ഇല്ലാത്തപ്പോൾ ആ വാഗ്ദാനം ഒരിക്കൽകൂടി മുന്നോട്ടു വയ്ക്കുക...."

ഈ പ്രസ്താവനയിലെ ബാലിശത്വം ഒഴിച്ചാൽ അതിനുള്ള ഒരേയൊരു കുഴപ്പം ഇതൊരു അസത്യമാണെന്നതാണ്. സത്യം പതിവുപോലെ കൂടുതൽ രസകരമായതിനാൽ ഏതാണ്ട് പത്തു വർഷം മുമ്പ് മെക്സിക്കോയിൽ നടന്നതെന്താണെന്ന് കൃത്യമായി എനിക്ക് പറയണമെന്നുണ്ട്. വിമാനത്താവളത്തിൽ പത്രലേഖകരാണ്—പലപ്പോഴും തമ്മിൽ കാണുന്നതിനാൽ ഞങ്ങൾ നല്ല സുഹൃത്തുക്കളാണ്--മെക്സിക്കൻ ടിവിയിൽ കഴിഞ്ഞ രാത്രി *ഏകാന്തതയുടെ നൂറുവർഷ*ങ്ങൾചലച്ചിത്രമാക്കാനുള്ള അവകാശത്തിന് പത്തു ലക്ഷം ഡോളർ നൽകാൻ താൻ തയ്യാറാണെന്ന് ആന്റണി ക്വിൻ വെളിപ്പെടുത്തിയതായി എന്നോട് പറഞ്ഞത്. ഇരുപതു ലക്ഷം ഡോളർ നൽകിയാൽ അവകാശം നൽകാമെന്ന് ഞാനപ്പോൾ പത്രലേഖകരോട് പറഞ്ഞു. പിറ്റേന്ന് എല്ലാ പത്രങ്ങളിലും ഇക്കാര്യം

വരികയും ചെയ്തു. പത്തു ലക്ഷം ഡോളർ എനിക്കും പത്തു ലക്ഷം ഡോളർ ലാറ്റിനമേരിക്കൻ വിപ്ലവത്തിനുമാണെന്ന് ഞാൻ പറഞ്ഞിരുന്നു. അതേ ആഴ്ചയിൽ ഞങ്ങൾ തമ്മിൽ കണ്ടുമുട്ടുന്നതിനു മുമ്പുതന്നെ ഇതിന് ക്വിൻ ടെലിവിഷനിൽ മറുപടി നൽകിയിരുന്നു."ഞാൻ അദ്ദേഹ ത്തിന് പത്തുലക്ഷം നൽകാം. മറ്റേ പത്തുലക്ഷം വേറെയെവിടെയെങ്കിലും നിന്നദ്ദേഹം സംഘടിപ്പിക്കട്ടെ." ഈ മറുപടി തികച്ചും വിദഗ്ധവും രസ കരവുമായി തോന്നിയതിനാൽ ചില പൊതുസുഹൃത്തുക്കളുടെ ക്ഷണ പ്രകാരം ആന്റണി ക്വിന്നുമായി അത്താഴം കഴിക്കാൻ ഞാൻ തയ്യാറാ യി. വളരെ സന്തോഷകരമായ വിരുന്നായിരുന്നു അത്. അറുപത്തി രണ്ടുകാരനായിട്ടും പരുഷമായ പ്രസരിപ്പിന്റെ ഉടമയായിരുന്ന ക്വിൻ എ ന്നോട് വളരെ സൗഹൃദത്തോടെ പെരുമാറി. സമയം കടന്നുപോകുന്ന വേഗത്തെക്കുറിച്ചദ്ദേഹം സദാനേരവും വേവലാതിപ്പെട്ടിരുന്നെന്നു മാത്രം. ഞങ്ങൾ അന്ന് സകലകാര്യങ്ങളെക്കുറിച്ചും സംസാരിച്ചു. എന്നിട്ടും തന്റെ ടെലിവിഷൻ ചിത്ര വാഗ്ദാനത്തെപ്പറ്റി ഒരു വാക്കുപോലും ക്വിൻ എന്നോട് പറഞ്ഞില്ല എന്നതാണ് എനിക്ക് ഏറ്റവും ആശ്വാസകരമായത്. ഞാനാ ദ്യമായും അവസാനമായും അദ്ദേഹത്തെ കണ്ടതും അപ്പോൾ തന്നെ.

തന്റെ വാഗ്ദാനം വരുന്നതിന് വളരെ മുമ്പുതന്നെ അമേരിക്കയിലെയും യൂറോപ്പിലേയും നിർമാതാക്കളുടെ ഒരു സംഘം *ഏകാന്തതയുടെ നൂറു വർഷ*ങ്ങളുടെ ചലച്ചിത്രാവകാശത്തിന് ഇരുപതു ലക്ഷം ഡോളർ വാഗ്ദാനം ചെയ്തിരുന്നു എന്നത് അദ്ദേഹത്തിന് അറിയില്ലായിരുന്നു എന്ന് തോന്നുന്നു. ഞാനിതാ പത്തുലക്ഷം ഡോളർ, പുല്ലുപോലെ എടുത്തെ റിയുന്നുവെന്ന് കാണിക്കാനാണ് പ്രശസ്ത നടനും പിന്നീട് നിർമാതാ വുമായ ക്വിൻ ഇത് പറഞ്ഞതെന്ന് എന്റെ പല സുഹൃത്തുക്കളും കരുതു ന്നു. ഇതിനുമുമ്പും ഇത്തരം സംഭവങ്ങൾ ഉണ്ടായിട്ടുണ്ട്. അറുപതുക ളിൽ ബാഴ്സലോണയിലെ ഒരു പുസ്തകപ്രസാധക സ്ഥാപന മുതലാളി സ്വർണമാലയിൽ കോർത്ത വാച്ചും ധരിച്ച് വിലയേറിയ ഒരു ഹവാനാച്ചു രുട്ടും പുകച്ച് ടെലിവിഷനിൽ പ്രത്യക്ഷപ്പെട്ടു. അദ്ദേഹം ഇരുപതുലക്ഷം പെസെറ്റ--അന്ന് 70000 ഡോളർ--യുടെ നോട്ടുകൾ വീശിക്കൊണ്ട് ഇത് എന്റെ അടുത്ത പുസ്തകത്തിനുള്ള അഡ്വാൻസ് തുകയാണെന്ന് ടിവി യിൽ പ്രഖ്യാപിച്ചു. ആ രാത്രിതന്നെ എന്റെ അടുത്തതെന്നല്ല, ഒരു പുസ്ത കവും പ്രസിദ്ധീകരിക്കാതിരിക്കാനുള്ള അവകാശം ഒരു ചെലവും ഇല്ലാതെ അദ്ദേഹം ഉറപ്പാക്കി.

കുട്ടികൾ, രോഗം, പണം എന്നിവയെപ്പറ്റി പരസ്യമായി സംസാരിക്കു ന്നത് തരംതാണ സ്വഭാവമായാണ് ഇംഗ്ലീഷുകാർ കരുതുന്നത്.ഇംഗ്ലീഷു കാരനല്ലാത്തതുകൊണ്ടും അരക്കാറ്റക്കയിലെ പ്രധാന തെരുവുകാരനാ യതിനാലും എനിക്ക് മര്യാദകളെപ്പറ്റി ഇത്രയും ബാലിശമായ സങ്കല്പ മില്ല. എനിക്ക് എന്റെ കുട്ടികളെപ്പറ്റി സംസാരിക്കാനിഷ്ടമാണ്. കാരണം അവർ അവരുടെ അമ്മയെപ്പോലെതന്നെ ചന്തമുള്ളവരും ബുദ്ധിയുള്ള വരും ഗൗരവസ്വഭാവക്കാരുമാണ്. എഴുതുമ്പോൾ മാത്രം വേദനകുറയുന്ന

എന്റെ വയറ്റിൽ പുണ്ണിന്റെ രോഗത്തെപ്പറ്റി പറയാനെനിക്ക് താല്പര്യമുണ്ട്. കാരണം ഒരാളുടെ ജീവിതത്തിന്റെ നല്ലവശങ്ങൾ മാത്രം അല്ല, പ്രശ്നങ്ങളും കൂടി പങ്കുവെയ്ക്കാനുള്ളവരാണ് സുഹൃത്തുക്കൾ. ഞാനെത്ര പണമുണ്ടാക്കുന്നു എന്നും എത്ര കഷ്ടപ്പെടുന്നുവെന്നും എനിക്ക് മാത്രമേ അറിയൂ. മാത്രമല്ല മറ്റുള്ളവർക്ക് അതറിയാൻ സാധിക്കാത്തത് നീതിയല്ലെന്നും ഞാൻ കരുതുന്നു. ഇതിനൊരപവാദം ചലച്ചിത്ര നിർമാതാക്കളുടെയും പുസ്തകപ്രസാധകരുടെയും കാര്യത്തിൽ മാത്രമാണ്. അവരുമായി ഞാനൊരിക്കലും പണത്തിന്റെ കാര്യം ചർച്ചചെയ്യാറില്ല. കാരണം അതിന് എന്നെക്കാൾ കഴിവുള്ള ഒരു ഏജന്റ് എനിക്കുണ്ട്. രണ്ട് കാരണങ്ങളാലാണ് അവൾക്കീ കഴിവുണ്ടായത്. പ്രധാനമായും ഒന്ന് ഒരു പെണ്ണായതുകൊണ്ട്, രണ്ടാമത് അവൾ ഒരു കാറ്റലോണിയക്കാരിയായതുകൊണ്ട്. എഴുത്തുകാർക്ക്--പ്രത്യേകിച്ചും പണത്തിനെത്രയും ആവശ്യമുള്ള യുവ എഴുത്തുകാർക്ക്--ലഭിക്കേണ്ട ചില്ലറക്കാശിന് വേണ്ടി അവൾ വാദിക്കുന്നതിന്റെ തീവ്രത കാരണം പ്രസാധകർക്ക് അവളോട് കടുത്ത വിദ്വേഷമാണ്. അവർ എന്ന് അവളോടുള്ള വിദ്വേഷമവസാനിപ്പിക്കുന്നുവോ അന്ന് അവൾ കൂറുമാറിയെന്ന് ഞാൻ സംശയിച്ചുതുടങ്ങും.

*ഏകാന്തതയുടെ നൂറുവർഷ*ങ്ങളുമായി ബന്ധപ്പെട്ട് എനിക്ക് സിനിമാനിർമാതാക്കളിൽ നിന്നുണ്ടായ അനുഭവങ്ങൾ ജീവിതത്തിലേറ്റവും അത്ഭുതകരങ്ങളായവയാണ്. പൊതുവെ അവരെല്ലാവരും പണത്തെക്കുറിച്ച് മാത്രമാണ് സംസാരിക്കാറുള്ളതെങ്കിലും നിർണായക നിമിഷങ്ങളിൽ അവരെല്ലാവരും തന്നെ ആന്റണി ക്വിന്നിനെ പോലെയാണ്. ആ നിമിഷങ്ങളിൽ അവരെകാണാൻ കിട്ടില്ല. അവരൊക്കെ ഭയങ്കര വീമ്പ് പറയുന്നവരും, എപ്പോഴും അരക്ഷിതാവസ്ഥയിലുള്ളവരും ആണ്. അടുത്തനിമിഷം എന്താണ് ഇവർ ചെയ്യുകയെന്ന് ആർക്കും മുൻകൂട്ടി പറയാൻ കഴിയില്ല. എന്റെ ഭാര്യ മെഴ്സിഡസ് ഇക്കൂട്ടരെ ഭയന്നാണ് കഴിയുന്നത്. കാരണം അതിഗംഭീരമായ പദ്ധതികളുമായാണ് ഇവരാദ്യം വന്നെത്തുക. എന്നിട്ട് അധികംവൈകാതെ അടുക്കളയും മദ്യശാലയും കാലിയാക്കും. എന്താകും ചെലവെന്ന് ചോദിക്കുകപോലുമില്ലാതെ ലോകംമുഴുവൻ ഫോൺവിളികളും. ഇതെല്ലാം കഴിഞ്ഞ് സ്ഥലംവിട്ടാൽ പിന്നെ ഇവരെ മഷിയിട്ട് നോക്കിയാൽ കാണാൻ കിട്ടില്ല. സുന്ദരിയായ റോസന്ന ഷിയഫിനോയുടെ ഭർത്താവായ ഇറ്റലിക്കാരൻ പൗലോബിനി മൂന്നു വർഷം മുമ്പ് ക്യൂവർനവാക്കയിലുള്ള ഞങ്ങളുടെ വീട്ടിൽ വന്നു. എന്റെയൊരു ചെറുകഥ റൈ ഗുയേറയുടെ സംവിധാനത്തിൽ ചലച്ചിത്രം ആക്കുകയായിരുന്നു ഉദ്ദേശ്യം. ഗുയേറയ്ക്ക് വിമാനടിക്കറ്റയച്ചുകൊടുത്ത് റിയോഡിജനീറോയിൽ നിന്ന് അദ്ദേഹത്തെ വരുത്തുകയും ചെയ്തിരുന്നു. ഞങ്ങൾ മൂന്നുപേരും കൂടി ഒരു ഞായറാഴ്ച ദിവസം മുഴുവനും സിനിമാപരിപാടി ചർച്ചചെയ്തു. അതേ ആഴ്ചയിൽ തന്നെ സമ്പന്നരായ നിർമാതാക്കൾ മാത്രം പരസ്യംനൽകുന്ന ലോസ് ആഞ്ചലസിലെ *വെറൈറ്റി* മാസികയിൽ ചിത്രത്തിന്റെ മുഴുപ്പേജുപരസ്യവും വന്നു.

പരസ്യം കണ്ടാൽ ചിത്രം പൂർത്തിയായിക്കഴിഞ്ഞെന്നാണ് തോന്നുക. പ്രധാന റോൾ റോബർട്ഡിനീറോയ്ക്ക് നൽകാൻ ചെറുകഥയുടെ ഇംഗ്ലീഷിലുള്ള ഒരു കോപ്പിയുമായി ബിനി പോയി. ചെറുകഥയുടെ ചലച്ചിത്രാവകാശം വാങ്ങുന്നകാര്യം എന്റെ ഏജന്റുമാരുമായി ചർച്ചചെയ്യാനും റൈ ഗുയേറയുടെ പ്രതിഫലം നിശ്ചയിക്കുവാനും മറ്റും ആണ് താൻ പോകുന്നതെന്നും ബിനി പറഞ്ഞിരുന്നു. പക്ഷെ പിന്നെ അദ്ദേഹത്തെ കണ്ടിട്ടില്ല. പിന്നീട് അദ്ദേഹത്തെപ്പറ്റി ഞാൻ കേട്ടത് റൈ ഗുയേറക്കും എനിക്കും തിരക്കഥക്ക് ഒരു വൻതുക അഡ്വാൻസ് തന്നിട്ടും ഞങ്ങൾ അയാളെ പറ്റിച്ചെന്ന് റോമിൽ ചില സുഹൃത്തുക്കളോട് പറഞ്ഞതായാണ്.

ദി എക്സോർസിസ്റ്റ്, ദി ഫ്രഞ്ച് കണക്ഷൻ തുടങ്ങിയ ചിത്രങ്ങളുടെ സംവിധായകനും നിർമാതാവുമായ ബില്ലി ഫ്രീഡ്കിൻ ഭാഗ്യത്തിന് വേറൊരുതരം സ്വഭാവക്കാരനാണെങ്കിലും, എല്ലാ വമ്പൻ നിർമാതാക്കളുടേയും സ്വഭാവവൈചിത്ര്യങ്ങളുള്ളയാളാണ്, *കുലപതിയുടെ ശരത്കാലം* ചലച്ചിത്രമാക്കണമെന്ന ഉദ്ദേശ്യവുമായി വർഷങ്ങൾക്കുമുമ്പ് അദ്ദേഹം മെക്സിക്കോയിൽ വന്നു. ആർക്കും ഒരു കുറ്റവും പറയാനാകാത്ത സ്വഭാവക്കാരനായ ആ യുവാവ് തന്റെ ചിത്രങ്ങളിൽ നിന്ന് വളരെയധികം പണം ഉണ്ടാക്കി. സ്വന്തമാവശ്യത്തിന് ഒരു സ്വകാര്യ വിമാനം വാങ്ങിക്കാനും ബാക്കി പണം ഇസ്രായേലിലും ബൊളീവിയയിലുമുള്ള പബ്ലിക് സ്കൂളുകൾക്ക് സംഭാവന ചെയ്യാനുമായിരുന്നു ഫ്രീഡ്കിന്റെ ആഗ്രഹം. എന്റെ നോവൽ ചലച്ചിത്രമാക്കുന്നത് സംബന്ധിച്ച് ഒട്ടേറെ ആകർഷകങ്ങളായ ആശയങ്ങളും അദ്ദേഹത്തിനുണ്ട് എന്ന് എനിക്ക് ബോധ്യപ്പെടുകയും ചെയ്തു. സംഭാഷണത്തിനിടക്ക് *എക്സോർസിസ്റ്റിന്റെ* –അതൊരു രണ്ടാംകിട നോവലാണ്––ഗ്രന്ഥകർത്താവ് പുസ്തകത്തിന്റെ ചലച്ചിത്രാവകാശത്തിന് ചെറിയൊരു തുകയേ കൈപ്പറ്റിയുള്ളൂ എന്നും പകരം സിനിമയുടെ ലാഭത്തിന്റെ ഒരു നിശ്ചിത ശതമാനം സ്വീകരിക്കാൻ തയ്യാറാണെന്നും, ഇങ്ങനെ 1.7 കോടി ഡോളർ അദ്ദേഹത്തിന് ലഭിച്ചെന്നും ഫ്രീഡ്കിൻ പറയുകയുണ്ടായി. ഇതൊരു നല്ല നിർദ്ദേശമാണെന്ന് എനിക്ക് തോന്നി. ഇക്കാര്യം ഞാനെന്റെ ഏജന്റുമായി സംസാരിച്ചു. അങ്ങനെ ഫ്രീഡ്കിൻ പുസ്തകത്തിന്റെ അവകാശത്തെപ്പറ്റി എന്റെ ഏജന്റിനോട് ചർച്ചചെയ്തപ്പോൾ *എക്സോർസിസ്റ്റിന്റെ* രചയിതാവിന്റെ അതേ ഉപാധികൾ തങ്ങൾക്കും സ്വീകാര്യമാണെന്ന് പറഞ്ഞു. തുടർന്ന് പതിവുപോലുള്ള മാന്യതയോടെതന്നെ ഫ്രീഡ്കിൻ എന്നെ ടെലിഫോണിൽ വിളിച്ച് പദ്ധതിയിൽ നിന്ന് പിൻവലിയുകയാണെന്ന് അറിയിക്കുകയും ചെയ്തു.

പിന്നെ പ്രശസ്ത നടി ഴാൻ മോറോയെ അദ്ദേഹം വിവാഹം ചെയ്തതും അധികം വൈകാതെ വിവാഹമോചനം നേടിയതുമായ വാർത്ത പത്രത്തിൽ കണ്ടതൊഴിച്ചാൽ ഫ്രീഡ്കിനെപ്പറ്റി ഞാൻ കേട്ടിട്ടില്ല.

ഒരാൾ മാത്രമെ എന്നോട് പണത്തെപ്പറ്റി സംസാരിക്കാതിരുന്നിട്ടുള്ളു.

അദ്ദേഹമാകട്ടെ പണം ധാരാളമുള്ളയാളുമാണ്--ഫ്രാൻസിസ് ഫോസ് കൊപ്പോള, *ഗോഡ്ഫാദറിന്റെ* സംവിധായകൻ. മനിലയിൽ *അപ്പൊ കലീഫ്സ് നൗ* ഷൂട്ട് ചെയ്യുന്നവേളയിൽ അദ്ദേഹത്തിന്റെ ഫോട്ടോഗ്രാഫി ഡയറക്ടർ *ഏകാന്തതയുടെ നൂറുവർഷങ്ങൾ* സിനിമയാക്കണമെന്ന തന്റെ സ്വപ്നത്തെപ്പറ്റി പലപ്പോഴും കൊപ്പോളയോട് പറഞ്ഞു. 1979 ലെ വസന്തകാലത്ത് ഞങ്ങൾ മോസ്കോ ഫിലിംഫെസ്റ്റിവെൽ വേളയിൽ കണ്ടു. അദ്ദേഹം ലെനിൻഗ്രാദിലെ ശബ്ദായമാനമായ ഒരു കൂറ്റൻ റെസ്റ്റോറന്റിൽ എന്നെ അത്താഴത്തിനു ക്ഷണിച്ചു. ഞങ്ങൾ പരസ്പരം അദ്ദേഹത്തിന്റെ സിനിമകളെക്കുറിച്ചും എന്റെ പുസ്തകങ്ങളെക്കുറിച്ചും സംസാരിച്ചു. അപ്പോൾ അദ്ദേഹം തന്റെ ഫോട്ടോഗ്രാഫർ *ഏകാന്തതയുടെ നൂറുവർഷങ്ങളെപ്പറ്റി* പറയാറുള്ള കാര്യം എന്നോട് വെളിപ്പെടുത്തുകയുണ്ടായി. പക്ഷെ, അത് സിനിമയാക്കാൻ ഉദ്ദേശിക്കുന്നെന്നൊന്നും അദ്ദേഹം പറഞ്ഞില്ല. എന്റെ മൂത്ത മകൻ പാരീസിൽ പാചകവിദ്യ പഠിക്കുകയാണെന്ന് പറഞ്ഞപ്പോൾ മാത്രമാണ് അദ്ദേഹം കാര്യമായി തൽപ്പരനായി കണ്ടത്. വലിയ തീറ്റക്കാരനും സമർത്ഥനായ പാചകവിദഗ്ധനും കൂടിയായ കൊപ്പോളയ്ക്ക് എന്റെ മകനുമൊത്ത് അപ്പോൾ തന്നെ റെസ്റ്റോറന്റിന്റെ അടുക്കളയിൽപോയി ഭക്ഷണം തയ്യാറാക്കാൻ ആവേശമായി. അവിസ്മരണീയമായിരുന്നു ആ രാത്രി.

എന്തായാലും *ഏകാന്തതയുടെ നൂറുവർഷങ്ങൾ* സിനിമയാക്കുന്നതിനോട് എനിക്കുള്ള ആഭിമുഖ്യക്കുറവിന് നിർമാതാക്കളുടെ ധാരാളിത്തവുമായി ബന്ധമില്ല. എനിക്ക് എന്റെ വായനക്കാരുമായി ബന്ധമില്ല. എനിക്ക് എന്റെ വായനക്കാരുമായി നേരിട്ട് വിനിമയമാവശ്യമാണെന്ന എന്റെ മോഹംമൂലമാണിത്. ഞാനവർക്ക് വേണ്ടി എഴുതുന്ന വാക്കുകളിലൂടെയാവണം ആ വിനിമയം. അപ്പോൾ അവർക്ക് അവരുടെ ഇഷ്ടമനുസരിച്ച് ആ കഥാപാത്രങ്ങൾക്ക് ഭാവനയിൽ രൂപം നൽകാം. ഏതെങ്കിലും ഒരു ചലച്ചിത്ര നടനിൽ നിന്ന് കടംവാങ്ങിയ മുഖംനൽകി അവർ ആ കഥാപാത്രങ്ങളെ കാണേണ്ട കാര്യമില്ല. എനിക്കോ എന്റെ വായനക്കാർക്കുവേണ്ടി കേണൽ അറീലിയാനോ ബുവൻഡിയ ആകാൻ ആന്റണി ക്വിന്നിനോ, ദശലക്ഷം ഡോളറിനോ കഴിയില്ല. മാത്രവുമല്ല, വളരെ മോശമായ നോവലുകളിൽ നിന്ന് രൂപംകൊണ്ട നല്ല ചലച്ചിത്രങ്ങൾ ഞാൻ കണ്ടിട്ടുണ്ട്. പക്ഷെ, നല്ല നോവലിൽ നിന്ന് ഉണ്ടായ ഒരു നല്ല സിനിമ ഇതുവരെ എനിക്ക് കാണാൻ കഴിഞ്ഞിട്ടില്ല.

ഗ്രയം ഗ്രീൻ ഹവാനയിൽ

ഗ്രയെം ഗ്രീൻ ഇരുപത് മണിക്കൂർനേരം ഹവാനയിൽ തങ്ങിയതിനെ കുറിച്ച് വിദേശപത്രങ്ങളുടെ ഇവിടത്തെ പ്രാദേശിക ലേഖകന്മാർ എല്ലാ തരത്തിലുള്ള വ്യാഖ്യാനങ്ങളും എഴുതിപ്പിടിപ്പിച്ചിരുന്നു. അത് ഏറെക്കുറെ സ്വാഭാവികമാണ്. കാരണം പനാമയിൽ ഭരണാധികാരി ജനറൽ ഒമാർ ടോറിജോസിന്റെ ഉറ്റസുഹൃത്തും അവിടത്തെ കവിയും ഗണിതശാസ്ത്ര പ്രൊഫസറുമൊക്കെയായ ജീസസ് മാർടിനെസിനോടൊപ്പം നിക്കരാഗ്വേ ഗവൺമെന്റിന്റെ വിശിഷ്ടാതിഥികൾക്കുള്ള വിമാനത്തിലാണ് ഗ്രീൻ എത്തിയത്. അവരെ വിമാനത്താവളത്തിൽ പ്രോട്ടോക്കോൾ ഉദ്യോഗസ്ഥർ സ്വീകരിച്ചതും മറ്റും വളരെ രഹസ്യമായിട്ടായിരുന്നു. ഹവാനയിൽ നിന്ന് മടങ്ങിപ്പോകുന്നതുവരെ ഒരു പത്രപ്രവർത്തകനും ഇവരുടെ സന്ദർശന ക്കാര്യമേ അറിഞ്ഞില്ല. ഭരണത്തലവന്മാർ തുടങ്ങിയ വിശിഷ്ടാതിഥി കൾക്ക് മാത്രം നൽകുന്ന ഒരു വസതിയിലാണവരെ താമസിപ്പിച്ചത്. യാത്ര ചെയ്യാൻ അന്തസുറ്റ ഒരു മെഴ്സിഡസ് ബെൻസ് കാറും നൽകിയിരു ന്നു. ഒമ്പത് വർഷംമുമ്പ് നടന്ന ആറാമത് ചേരിചേരാസമ്മേളനത്തിനു മാത്രമേ ഇത്തരം വാഹനങ്ങൾ ഇറക്കിയിട്ടുള്ളു. പക്ഷെ ഗ്രീനിനും മറ്റും ഈ വാഹനം ആവശ്യമായി വന്നില്ല. കാരണം അവർ താമസസ്ഥലം വിട്ട് പുറത്ത് ഇറങ്ങിയിട്ടില്ലെന്നതുതന്നെ. ഗ്രീൻ ഹവാനയിലെത്തിയതായി അദ്ദേഹംതന്നെ വിവരമറിയിച്ചതിനെത്തുടർന്ന് ചില ക്യൂബൻ സുഹൃ ത്തുക്കൾ അദ്ദേഹത്തെ കാണാനെത്തിയിരുന്നു. ചിത്രകാരനായ റെനെ പോർട്ടോ കാറെറെയ്ക്കാകട്ടെ, വിവരം ലഭിച്ചപ്പോൾ അല്പം വൈകി പ്പോയി. അതുകൊണ്ട് ഗ്രീൻ സ്ഥലം വിട്ടതിന്റെ പിറ്റേന്ന് മാത്രമാണ് അദ്ദേഹമെത്തിയത്. *ഔവർ മാൻ ഇൻ ഹവാന* എഴുതുന്നതിനായി മുമ്പ് ഗ്രീൻ ഹവാനയിലെത്തിയപ്പോഴാണ് പോർട്ടോ കാറെറെയുമായി പരിച

യമായത്. ഗ്രീൻ ഇവിടെ തങ്ങിയ ഇരുപതുമണിക്കൂർ നേരവും കാ ര്യ മായി ഭക്ഷണമേ കഴിച്ചില്ല. നനഞ്ഞ ഒരു കൊച്ചുകിളിയെപ്പോലെ ഭക്ഷ ണസാധനങ്ങളിലൊക്കെ ഒന്ന് ചിക്കിപ്പെറുക്കിയെന്ന് മാത്രം. പക്ഷെ അദ്ദേ ഹത്തിന്റെ പക്കൽ സ്പെയിനിൽ നിന്നുള്ള ഒരു കുപ്പി ഒന്നാംതരം വീഞ്ഞ് ഉണ്ടായിരുന്നു. ഇതിന് പുറമെ, വന്നെത്തി ഏതാനും മണിക്കൂറിനകം ആറ് കുപ്പി വിസ്കിയും അദ്ദേഹം കാലിയാക്കി.

താൻ ഹവാനയിൽ വന്നതെന്തിനാണെന്ന് അദ്ദേഹത്തിന് തന്നെ ഒരു രൂപവുമുണ്ടായിരുന്നില്ലെന്നാണ് ഗ്രീൻ പോയിക്കഴിഞ്ഞപ്പോൾ ഞങ്ങൾക്കു ണ്ടായ വിചിത്രമായ തോന്നൽ. ദൈവത്തിന്റെ അനിശ്ചിതത്വത്തിൽ പീഡി തനായ അദ്ദേഹത്തിന്റെ ഒരു കഥാപാത്രത്തെപ്പോലെതന്നെ.

ഞാൻ നഗരത്തിലുണ്ടെന്നറിഞ്ഞ് എന്നെ വിവരമറിയിക്കാൻ ഗ്രീൻ ആളെ വിട്ടതുകൊണ്ട് അദ്ദേഹമെത്തി രണ്ടുമണിക്കൂറിനകം ഞാൻ ചെന്നു. അദ്ദേഹത്തെ കാണാൻ കഴിഞ്ഞതിൽ ഞാൻ വളരെ സന്തുഷ്ട നായിരുന്നു. ഒരു നല്ല എഴുത്തുകാരനും മനുഷ്യനും എന്ന നിലയ്ക്ക് അദ്ദേഹത്തോട് ദീർഘകാലമായി എനിക്കുണ്ടായിരുന്ന ഒടുങ്ങാത്ത ആരാ ധന കൊണ്ട് മാത്രമല്ല ഇത്. ഞങ്ങൾ തമ്മിൽ കണ്ടിട്ട് അന്നേക്ക് വർഷ ങ്ങൾ ആയിരുന്നു. കനാൽ ഉടമ്പടി ഒപ്പുവയ്ക്കാനുള്ള പനാമയുടെ ഔദ്യേ ഗിക പ്രതിനിധിസംഘത്തിൽ ഉൾപ്പെട്ട് വാഷിങ്ടണിലേക്ക് പറന്നപ്പോ ഴാണ് അവസാനം ഞങ്ങൾ കണ്ടതെന്ന് അദ്ദേഹവും അനുസ്മരിച്ചു. ഈ ഉടമ്പടികളും മറ്റുമായി പുലബന്ധം പോലുമില്ലാത്ത ഞങ്ങളേയും ഔദ്യേ ഗിക സംഘത്തിലേക്ക് ടോറിസ് ക്ഷണിച്ചത് തന്റെ പ്രതിനിധി സം ഘത്തെ അലങ്കരിക്കാൻ അദ്ദേഹം നടത്തുന്ന തന്ത്രമാണ് എന്ന് ചില പത്രങ്ങൾ എഴുതി. വാസ്തവത്തിൽ പത്രങ്ങൾ കരുതിയതിലേറെ താൽപ ര്യം ഞങ്ങൾക്ക് ഈ ഉടമ്പടി ചർച്ചയിലുണ്ടായിരുന്നെങ്കിലും ജനറൽ ടോറിജോസ് ഞങ്ങളെ ക്ഷണിച്ചത് ഇതുകൊണ്ടൊന്നുമായിരുന്നില്ല. തന്റെ ചങ്ങാതിയായ ജിമ്മി കാർട്ടറെ ഒന്ന് പറ്റിക്കുകയായിരുന്നു ടോറിജോ സിന്റെ ലക്ഷ്യം. ലോകത്തെ പല കലാകാരന്മാർക്കും സാഹിത്യകാര ന്മാർക്കും ഉള്ളതുപോലെ ഗ്രയെം ഗ്രീനിനും എനിക്കും അമേരിക്കയിൽ പ്രവേശിക്കുന്നതിന് ഏറെക്കാലമായി നിരോധനമായിരുന്നു. ഈ നിരോ ധനത്തിന്റെ കാരണം വിശദീകരിക്കാൻ മാറിവന്ന അമേരിക്കൻ പ്രസി ഡന്റുമാർക്ക് ആർക്കും കഴിഞ്ഞിട്ടില്ല. ഈ നിരോധനം എങ്ങനെയെങ്കിലും അവസാനിപ്പിക്കുക ടോറിജോസിന് നിർബന്ധമായിരുന്നു. തന്നെ സന്ദർശിച്ച പല ഉന്നത അമേരിക്കൻ ഉദ്യോഗസ്ഥരോടും ഇക്കാര്യം സംസാരിച്ച ടോറി ജോസ് അവസാനം പ്രസിഡന്റ് കാർട്ടറോടും ഇതേപ്പറ്റി ആക്ഷേപം ഉന്ന യിച്ചിരുന്നു. ഇതേപ്പറ്റി അറിഞ്ഞുകൂടാതിരുന്ന കാർട്ടർ ഇതുകേട്ട് അമ്പ രക്കുകയും, കഴിയുംവേഗം പ്രശ്നം പരിഹരിക്കാമെന്ന് ഉറപ്പുകൊടുക്കു കയും ചെയ്തിരുന്നു. പക്ഷെ പരിഹാരം കണ്ടെത്തുന്നതിനു മുമ്പ് കാർട്ടർ ഭരണം അവസാനിച്ചു. ഇതേത്തുടർന്ന് അമേരിക്കക്കുള്ള പ്രതിനിധി സംഘത്തിൽ ഉൾപ്പെടുത്തി എന്നെയും ഗ്രീനെയും കള്ളക്കടത്ത് നട

ത്താൻ ടോറിജോസ് ആലോചിച്ചത്. ഇക്കാര്യത്തിൽ ഒരുതരം ലഹരിയോടടുത്ത നിർബന്ധമായിരുന്നു അദ്ദേഹത്തിന്. ഇതിന് കുറച്ചു ദിവസം മുമ്പ് ഒരു നാഷണൽ ഗാഡ് കേണലിന്റെ വേഷത്തിൽ അമേരിക്കയിൽ പോയി കാർട്ടറെ കാണാൻ തയ്യാറാണോ എന്നും ടോറിജോസ് ഗ്രീനിനോട് ചോദിച്ചിരുന്നു. ഇത്തരത്തിലൊരു താമാശ കാർട്ടറോട് കാണിക്കുകയായിരുന്നു ടോറിജോസിന്റെ ആഗ്രഹം. പക്ഷെ അദ്ദേഹത്തിന്റെ പുസ്തകങ്ങൾ വായിച്ചാൽ നമുക്ക് തോന്നുന്നതിനേക്കാൾ ഗൗരവക്കാരനായ ഗ്രീൻ തന്റെ ആത്മകഥയിൽ ഏറ്റവും രസകരമാകുമായിരുന്ന ഈ പരിപാടിക്ക് തയ്യാറായില്ല. എന്തായാലും പനാമാ പൗരന്മാരെന്ന നിലയ്ക്കാണെങ്കിലും ആൾമാറാട്ടം ഒന്നും നടത്താതെ കനാൽചർച്ചക്കുള്ള പ്രതിനിധികളായി പോകുന്നതിനെപ്പറ്റി ടോറിജോസ് ചോദിച്ചപ്പോൾ ഒരുതരം ബാലിശമായ കൗതുകത്തോടെ ഞങ്ങൾ സമ്മതിക്കുകതന്നെ ചെയ്തു.

അങ്ങനെയാണ് ഞങ്ങൾ തികച്ചും ഔപചാരികമായ കറുത്ത സൂട്ടും ഒക്കെ ധരിച്ച ഒരു സംഘം ഉദ്യോഗസ്ഥ പ്രതിനിധികൾക്കൊപ്പം കൗബോയ് പാന്റും ജീൻസ് ഷർട്ടും മറ്റും ഇട്ട് ആൻഡ്രൂസ് വ്യോമസേനാത്താവളത്തിൽ വിമാനമിറങ്ങിയത്. ചെന്നയുടൻ ഉണ്ടായ സ്വീകരണത്തിന്റെ ഭാഗമായി നടന്ന കതിനാവെടിയൊച്ചയും അമേരിക്കൻ ദേശീയഗാനമാലപിക്കുന്ന സൈനിക ബാന്റും ഒക്കെ കേട്ട് ഞങ്ങൾ ആകെ അമ്പരന്നുപോയി. വെടിയൊച്ചയും ദേശീയഗാനവുമൊക്കെ ഒരു ഫലിതത്തിന്റെ ഭാഗമായി തോന്നുകയും ചെയ്തു. ആ നിമിഷത്തിന്റെ സാഹിത്യപരമായ സാധ്യതകൾ മനസിൽ വെച്ചുകൊണ്ടാകാം ഗ്രീൻ എന്റെ ചെവിയിൽ പറഞ്ഞു:“ദൈവമേ, അമേരിക്കക്ക് എന്തൊക്കെയാണ് നേരിടേണ്ടിവരുന്നത്....!”പിന്നീടൊരിക്കൽ തന്റെ ഈ കുസൃതിയെപ്പറ്റി ടോറിജോസ് കാർട്ടറോട് പറഞ്ഞപ്പോൾ ടി വിയിലെ ടൂത്ത്പേസ്റ്റിന്റെ പരസ്യത്തിന് പറ്റിയ തന്റെ തിളങ്ങുന്ന പല്ലുകൾ കാട്ടി ചിരിച്ചുപോയത്രേ.

വർഷങ്ങൾക്ക് ശേഷം ഇതാ വീണ്ടും വർധിച്ച ഉത്സാഹത്തോടെ ഗ്രീൻ എന്റെ മുന്നിലിരിക്കുന്നു. തന്റെ തെളിഞ്ഞ ചിന്തയാണ് അദ്ദേഹത്തിന്റെ ഏറ്റവും അത്ഭുതകരവും ഒരു കുറവും വരാത്തതുമായ സമ്പത്ത് എന്ന് എനിക്ക് തോന്നിയിട്ടുണ്ട്. പതിവുപോലെ എല്ലാകാര്യങ്ങളെപ്പറ്റിയും ഞങ്ങൾ സംസാരിച്ചു. നൈസിലുള്ള* മാഫിയാ സംഘത്തെപ്പറ്റി താൻ ലഘുലേഖ എഴുതിയതിന് ഫ്രാൻസിൽ നേരിടേണ്ടിവന്ന നാല് വിചാരണകളെപ്പറ്റി വിവരിച്ചപ്പോൾ ഗ്രീൻ പ്രകടിപ്പിച്ച ആ നർമബോധമാണ് എനിക്ക് ഏറ്റവും പിടിച്ചത്. കോർതെ ദെ അസൂറിലെ അധോലോകത്തെക്കുറിച്ച് വിവരമുള്ളവർക്ക് ആർക്കും ഗ്രീനിന്റെ ലഘുലേഖയിൽ പുതുമയൊന്നും തോന്നില്ലെങ്കിലും അദ്ദേഹത്തിന്റെ സുരക്ഷയെക്കുറിച്ച് സുഹൃത്തുക്കൾ ആകെ ഉൽക്കണ്ഠാകുലരായി. ഗ്രീൻ ആകട്ടെ, യാതൊരു ശങ്ക

*നൈസ്-ഫ്രാൻസിലെ ഒരു പ്രദേശം

യുമില്ലാതെ വിമർശനം തുടരുകയും ചെയ്തു. "പ്രോസ്റ്റേറ്റ് ഗ്രന്ഥിയിൽ കാൻസർവന്ന് മരിക്കുന്നതിൽ ഭേദം ഒരു വെടികൊണ്ടു മരിക്കുന്നതു തന്നെ" അദ്ദേഹം പറഞ്ഞു. ഗ്രീൻ തന്റെ ജീവിതം കൊണ്ട് ചൂതുകളി ക്കുകയാണെന്ന് അക്കാലത്ത് എവിടെവെച്ചോ ഞാനൊരു അഭിപ്രായ പ്രകടനം നടത്തിയിരുന്നു. തന്റെ അത്മകഥയിൽ ചെറുപ്പകാലത്ത് ഒരു വമ്പൻ തോക്കും കൊണ്ട് നടന്ന കാര്യം പറയുന്നുണ്ട്. അതുപോലെയാ ണിക്കളിയെന്നും ഞാൻ അഭിപ്രായപ്പെട്ടിരുന്നു. എന്റെ ഈ അഭിപ്രായ പ്രകടനങ്ങളെപ്പറ്റി അനുസ്മരിച്ചുകൊണ്ടാണ് ഗ്രീൻ വിചാരണകളെപ്പറ്റി അപ്പോൾ ഞങ്ങളോട് സംസാരിച്ചത്.

അർദ്ധരാത്രി കഴിഞ്ഞതോടെ ഫിദൽ കാസ്ട്രോ അദ്ദേഹത്തെ കാണാ നെത്തി. അവർ വിപ്ലവത്തിനു മുമ്പ്, *ഔവർ മാൻ ഇൻ ഹവാന*യുടെ ഷൂട്ടിങ്കാലത്ത് പരിചയപ്പെട്ടതാണ്. പിന്നീട് പലതവണ ഇവർ പരസ്പരം കണ്ടു. പക്ഷെ, ഗ്രീനിന്റെ ഏറ്റവും അവസാനത്തെ ഹവാനാ സന്ദർശന വേളയിൽ ഇവർ പരസ്പരം കണ്ടില്ലെന്ന് തോന്നുന്നു. ഹസ്തദാനം ചെയ്യു മ്പോൾ ഗ്രീൻ കാസ്ട്രോയോട് പറഞ്ഞു. "നാം കണ്ടിട്ട് പതിനാറ് വർഷമായിരിക്കുന്നു." ഇരുവർക്കും അല്പം സങ്കോചം ഉള്ളതുപോലെ എനിക്ക് തോന്നി. സംഭാഷണം തുടങ്ങിക്കിട്ടാൻ ഇരുവരും ബുദ്ധിമുട്ടു ന്നത് കണ്ടപ്പോൾ ആണ് ഞാൻ ഗ്രീനോട് തന്റെ ആത്മകഥയിലെ റഷ്യൻ റൗലെറ്റ്* സംഭവം സത്യമാണോ എന്ന് ചോദിച്ചത്. ഞാൻ കണ്ടിട്ടുള്ള തിൽ ഏറ്റവും തെളിഞ്ഞ ആ കണ്ണുകൾ ഓർമ്മകളാൽ തിളങ്ങി. "എ നിക്ക് പത്തൊൻപതു വയസുള്ളപ്പോളാണത്. എന്റെ സഹോദരിയുടെ ഗവർണസുമായി പ്രണയത്തിലായ കാലം" അദ്ദേഹം പറഞ്ഞു. തന്റെ ജ്യേഷ്ഠന്റെ പഴയൊരു കൈത്തോക്ക് കൊണ്ട് നാല് പ്രാവശ്യം റഷ്യൻ റൗലറ്റ് കളിച്ചിട്ടുണ്ടെന്ന് അദ്ദേഹം അറിയിച്ചു.

ആദ്യത്തെ രണ്ട് പ്രാവശ്യം കളിച്ചത് ഒരാഴ്ച ഇടവേളയിട്ടാണെങ്കിൽ പിന്നെ രണ്ടുതവണ തുടർച്ചയായാണ് കളിച്ചതെന്നും അദ്ദേഹം പറഞ്ഞു. ഉടനെ ഇതിന്റെ എല്ലാ വിശദാംശങ്ങളും കാസ്ട്രോ ആരാഞ്ഞു. കൈത്തോ ക്കിലെ കുഴലിലാകെ എത്ര ഉണ്ടകൊള്ളുമായിരുന്നെന്ന് അദ്ദേഹം ഗ്രീനി നോട് ചോദിച്ചു. "ആറ്" ഗ്രീൻ മറുപടി നൽകി. ഉടനെ കണ്ണുകൾ അട ച്ചുകൊണ്ട് കാസ്ട്രോ ചില കണക്കുകൂട്ടലുകൾ നടത്തി. അവസാനം അത്ഭുതത്തോടെ ഗ്രീനിനെ നോക്കിപ്പറഞ്ഞു: "സംഭാവ്യത ഗണനപ്ര കാരം നിങ്ങൾ ഇതിനകം മരിച്ചിരിക്കണം." തന്റെ കൃതിയിൽ പരാമർശി ക്കപ്പെട്ട ഒരു സംഭവത്തിലൂടെ വീണ്ടും കടന്നുപോകുമ്പോൾ എല്ലാ സാഹിത്യകാരൻമാർക്കും ഉണ്ടാകുന്ന സംതൃപ്തിയോടെ ഗ്രീൻ പുഞ്ചി

*റഷ്യൻ റൗലറ്റ്–ജീവൻപോയേക്കാവുന്ന ഒരുതരം കളി. തോക്കിൽ ഉണ്ടകൾനിറയ്ക്കുന്ന പലദ്വാരങ്ങളുള്ള കുഴലിൽ ഒരു ദ്വാരത്തിൽ ഉണ്ടയിടുന്നു. എന്നിട്ട് ആ കുഴൽ കറക്കി ക്കൊണ്ട് സ്വന്തംതലക്കുനേരെ തോക്ക്പിടിച്ച് കാഞ്ചിവലിക്കുന്നു. കാഞ്ചിവലിക്കുമ്പോൾ ഉണ്ട കൃത്യമായ സ്ഥാനത്ത് ആണെങ്കിൽ വെടികൊണ്ടതുതന്നെ.

രിച്ചു. എന്നിട്ട് പറഞ്ഞു: "കണക്കിൽ ഞാൻ മഹാമോശമാണ്." ഒരുപക്ഷെ, മരണത്തെപ്പറ്റി സംസാരിച്ചിരുന്നതിനാലാകാം, ഗ്രീനിന്റെ യുവത്വവും ആരോഗ്യവുമാർന്ന മുഖം സസൂക്ഷ്മം നിരീക്ഷിച്ചുകൊണ്ട് കാസ്ട്രോ എന്ത് വ്യായാമമാണ് എടുക്കുന്നതെന്ന് ഗ്രീനോട് ആരാഞ്ഞു. വ്യായാമം ജീവിതത്തിലേറ്റവും പ്രധാനഘടകമാണെന്ന് വിശ്വസിക്കുന്ന കാസ്ട്രോയിൽ നിന്നുവന്ന ഈ ചോദ്യം സ്വാഭാവികമാണ്. മറ്റെല്ലാ കാര്യവുംപോലെ വ്യായാമവും വിശദമായി ചെയ്യുന്ന ആളാണ് അദ്ദേഹം. ദിവസവും അനേകം മണിക്കൂറുകൾ ഇതിനായി ചെലവിടുന്ന കാസ്ട്രോ തന്റെ സുഹൃത്തുക്കളേയും വ്യായാമം ചെയ്യാൻ നിർബന്ധിക്കുക പതിവാണ്. ഈ പ്രായത്തിൽ പോലും ഒത്തശരീരം നിലനിർത്താൻ കഴിയുന്ന കാസ്ട്രോ തന്റെ മാനസികാരോഗ്യത്തിനും കാരണം വ്യായാമമാണെന്നാണ് പറയുക. അതുകൊണ്ടു തന്നെയാണ് ജീവിതത്തിലിതുവരെ താൻ വ്യായാമം ചെയ്തിട്ടില്ലെന്നും, എന്നിട്ടും ഈ എഴുപത്തൊമ്പതാം വയസിലും യാതൊരു ആരോഗ്യപ്രശ്നവും തനിക്കുണ്ടായിട്ടില്ലെന്നും ഗ്രീൻ പറഞ്ഞപ്പോൾ കാസ്ട്രോ അമ്പരന്നുപോയത്. ഒരു പ്രത്യേക ഭക്ഷണക്രമവും തനിക്ക് ഇല്ലെന്ന് അറിയിച്ച ഗ്രീൻ ദിവസം ഏഴ്-എട്ട് മണിക്കൂർ ഉറങ്ങുമെന്നും പറഞ്ഞു. ദിവസത്തിലേറെനേരം ഇരുന്ന് ജോലി ചെയ്യുന്ന സ്വഭാവമുള്ള ഒരു പ്രായംചെന്നയാളെ സംബന്ധിച്ചിടത്തോളം ഇതും അത്ഭുതകരമാണ്. ഒരു ദിവസം പലപ്പോഴും ഒരു കുപ്പി വിസ്കിയും ഓരോപ്രാവശ്യം ഭക്ഷണം കഴിക്കുമ്പോഴും ഒരു ലിറ്റർ വീഞ്ഞും കഴിച്ചിട്ടും മദ്യപാനാസക്തി തനിക്കൊരു രോഗമായിട്ടില്ലെന്നും അദ്ദേഹം വെളിപ്പെടുത്തി.

ഒരു നിമിഷനേരം തന്റെ ആരോഗ്യപരിപാലനനിഷ്ഠയുടെ കാര്യക്ഷമതയെക്കുറിച്ച് കാസ്ട്രോയ്ക്ക് തന്നെ സംശയം തോന്നിപ്പോയി. പക്ഷെ, തികച്ചും ആദരണീയമെങ്കിലും ഗ്രീനിന്റെ ആരോഗ്യരഹസ്യം ഒറ്റപ്പെട്ട സംഭവം മാത്രമാണെന്നും കാസ്ട്രോ ഉടനെ മനസിലാക്കി.

യാത്ര പറയുമ്പോൾ ഞാൻ ഒരു കാര്യം ഉറപ്പിച്ചിരുന്നു. ഈ കൂടിക്കാഴ്ച ഞങ്ങൾ മൂന്നുപേരിൽ ആരെങ്കിലുമോ, അല്ലെങ്കിൽ മൂന്നുപേരും തന്നെയോ തങ്ങളുടെ ഓർമ്മക്കുറിപ്പുകളിൽ എഴുതിച്ചേർക്കും.

ഹെമിങ്വേ ക്യൂബയിൽ

ഏണസ്റ്റ് മില്ലർ ഹെമിങ്വേ ആദ്യമായി ഹാവാനയിൽ എത്തുന്നത് 1928 ഏപ്രിലിൽ ആണ്. ഫ്രഞ്ച് കപ്പലായ 'ഒറിറ്റ'യിൽ ലെ ഹെവ്റിൽ നിന്ന് കീവെസ്റ്റിലേക്ക് രണ്ടാഴ്ച നീളുന്ന യാത്രക്കിടയിൽ ആണ് അദ്ദേഹം ഹവാനയിൽ ഇറങ്ങിയത്. പത്തുമാസം മുമ്പ് മാത്രം അദ്ദേഹം വിവാഹം ചെയ്ത പൗലീൻ ഫീഫർ എന്ന തന്റെ രണ്ടാംഭാര്യ അദ്ദേഹത്തോടൊപ്പമുണ്ടായിരുന്നു. ഫ്രാൻസിലെ കൊടുംശൈത്യത്തിനും മടുപ്പിക്കുന്ന കപ്പൽയാത്രക്കുംശേഷം രണ്ട് ദിവസത്തെ ഇടത്താവളമായ ഒരു ഉഷ്ണമേഖലാകേന്ദ്രം എന്നതിൽക്കവിഞ്ഞ് ഹെമിങ്വേക്കും ഭാര്യക്കും ഈ കരീബിയൻ ദ്വീപിൽ യാതൊരു താല്പര്യവും അന്ന് ഉണ്ടായിരിക്കാൻ ഇടയില്ല.

അന്ന് ഹെമിങ്വേക്ക് മുപ്പതുവയസാണ്.അതിനകം യൂറോപ്പിൽ പത്രലേഖകനായും ഒന്നാം ലോകമഹായുദ്ധകാലത്ത് യുദ്ധഭൂമിയിൽ ആംബുലൻസ് ഡ്രൈവറായുമൊക്കെ ജോലിനോക്കിയിരുന്ന ഹെ മിങ്വേയുടെ ആദ്യനോവലും പ്രസിദ്ധീകരിച്ച് കഴിഞ്ഞിരുന്നു. ഈ നോവൽ മോശമല്ലാത്ത പ്രചാരം നേടിയിരുന്നെങ്കിലും അന്ന് അദ്ദേഹം അത്ര പ്രശസ്തനായിക്കഴിഞ്ഞിരുന്നില്ല. അതുകൊണ്ട് ജീവിതവൃത്തിക്ക് മറ്റെന്തെങ്കിലും ജോലി അദ്ദേഹത്തിന് ആവശ്യമുള്ള കാലമാണ്. സ്വന്തമായൊരു വീട് എവിടെയും ആയിക്കഴിഞ്ഞിരുന്നില്ല. എന്നാൽ പൗലീൻ സമൂഹത്തിന്റെ ഉന്നതതലങ്ങളിൽ വിഹരിച്ച ഒരു അഭിജാത വനിതയായിരുന്നു. അമേരിക്കയിലെ കൂറ്റൻ സൗന്ദര്യവർധക വ്യവസായത്തിന്റെ ഉടമയുടെ അനന്തിരവൾ ആയിരുന്ന അവളെ ഒരു പേരക്കുട്ടി എന്നപോലെ അമിതമായി ലാളിച്ചാണ് അമ്മാവൻ വളർത്തിയത്. മോഹിപ്പിക്കുന്ന സൗന്ദര്യം, ഫ്രാൻസിസ് മക്കോംബറുടെ സഹധർമിണിയെന്ന സന്ദിഗ്ധമായ ബഹു

മതി തുടങ്ങി ജീവിതത്തിൽ ആവശ്യമുള്ളതെല്ലാം അവൾക്കുണ്ടായിരുന്നു. പക്ഷെ, ഹെമിങ്ങ്വേയോടൊപ്പം ഹവാനയിലെത്തിയ നാളുകൾ പൗലീന് അത്ര സന്തോഷപ്രദമായിരുന്നില്ല. ഗർഭിണിയായിരുന്നു അവൾ. പോരാത്തതിന് നീണ്ട കടൽയാത്രയിൽ ആകെ വിവശയും. എങ്ങനെയും കീവെസ്റ്റിൽ എത്തിച്ചേരാനായിരുന്നു ഇരുവർക്കും തിടുക്കം. ഹെമിങ്ങ്വേ തന്റെ രണ്ടാമത്തെ നോവൽ *ആയുധങ്ങളേ വിട* തീർക്കുന്നതുവരെ കീവെസ്റ്റിൽ തങ്ങുകയായിരുന്നു അവരുടെ ലക്ഷ്യം.

ഹെമിങ്ങ്വേ തന്റെ ഈ കൃതിയിൽ ഹവാനയിൽ ചെലവഴിച്ച നാൽപ്പത്തെട്ട് മണിക്കൂറുകളെക്കുറിച്ച് ഒരു സൂചനപോലും നൽകുന്നില്ല. പത്രപ്രവർത്തകനായിരുന്നപ്പോൾ അദ്ദേഹമെഴുതിയ ലേഖനങ്ങളിലൊക്കെ താൻ സന്ദർശിച്ച നാടുകളെക്കുറിച്ചും കണ്ടുമുട്ടിയ നാട്ടാരെക്കുറിച്ചുമൊക്കെ വളരെ കൗതുകകരമായ പല വിവരങ്ങളും നൽകിയിട്ടുണ്ട്. പക്ഷെ, ഹവാന സന്ദർശിക്കുന്ന കാലത്ത് അദ്ദേഹം പത്രപ്രവർത്തനത്തോട് വിടപറയുകയും പൂർണമായും നോവൽ രചനയിൽ ശ്രദ്ധകേന്ദ്രീകരിക്കുകയും ചെയ്തിരുന്നു. എന്തായാലും ആറുവർഷത്തിനുശേഷം അദ്ദേഹം വീണ്ടും പത്രങ്ങളിൽ എഴുതിത്തുടങ്ങിയപ്പോൾ ആദ്യലേഖനംതന്നെ ക്യൂബയെപ്പറ്റിയായി. തുടർന്ന് ഏതാണ്ട് അരഡസൻ ലേഖനമെങ്കിലും അദ്ദേഹം ക്യൂബയെപ്പറ്റി എഴുതി. എന്നാൽ ഇവയിലൊന്നും തന്നെ ക്യൂബയിലെ തന്റെ സ്വകാര്യജീവിതത്തെപ്പറ്റി കാര്യമായി അദ്ദേഹം തുറന്നു പറയുന്നില്ല. അന്നത്തെ തന്റെ ആവേശമായിരുന്ന ഒരു വിനേദത്തെപ്പറ്റി—ആഴക്കടലിൽപോയി മീൻപിടിക്കുക—യായിരുന്നു പറഞ്ഞതെല്ലാം എന്നതുകൊണ്ടാകാം ഇത്. 1956 ൽ അദ്ദേഹം എഴുതി. “ഇങ്ങനെയുള്ള മീൻപിടുത്തം തന്നെയാണ് ഗതകാലത്ത് ഒരുനാൾ ഞങ്ങളെ ക്യൂബയിലെത്തിച്ചതും.” ഹവാനയിലെ ഇരുപതുകൊല്ലത്തെ താമസത്തിനുശേഷം ഇങ്ങനെയൊരു രീതിയിൽ അദ്ദേഹം എഴുതിയതിൽനിന്ന് മീൻപിടുത്തമെന്ന ലളിതവിനോദത്തിനപ്പുറം അഗാധവും ചുരുങ്ങിയ പക്ഷം വിവിധവും ആയ കാരണങ്ങളാലാണ് അദ്ദേഹം ക്യൂബയിൽ താമസിക്കാൻ ഇടയായത് എന്നു വ്യക്തം.

എൽ ഫ്ളോറിഡിറ്റ ബാറിനടുത്തുള്ള അംബോസ് മുണ്ടോസ് എന്ന ഹോട്ടലിലാണ് ഹെമിങ്ങ്വേ ഹവാനയിലെത്തിയപ്പോഴൊക്കെ താമസിച്ചത്. സ്പെയിനിലെ ആഭ്യന്തരയുദ്ധത്തിനുശേഷം അദ്ദേഹമെത്തിയപ്പോൾ സാഹിത്യരചനാകർമത്തിന് ഈ ഹോട്ടൽ ഹെമിങ്ങ്വേക്ക് സ്ഥിരം താവളമായി. വർഷങ്ങൾക്കു ശേഷം ജോർജ്ജ് പ്ലിംടണ് നൽകിയ ചരിത്രപ്രസിദ്ധമായ അഭിമുഖസംഭാഷണത്തിൽ എഴുതുന്നതിന് താമസിക്കാൻ ഏറ്റവും പറ്റിയ ഇടമാണ് ഈ ഹോട്ടൽ എന്ന് അദ്ദേഹം പറയുന്നുണ്ട്. അങ്ങേയറ്റത്തെ ശ്രദ്ധയോടെയും സൂക്ഷ്മതയോടെയുമാണ് അദ്ദേഹം താമസസ്ഥലങ്ങൾ തെരഞ്ഞെടുക്കുന്നത് എന്നത് ആലോചിക്കുമ്പോൾ ഈ ഹോട്ടൽ നിശ്ചയിച്ചതിന് ഒരു വിശദീകരണം മാത്രമേ തോന്നുന്നുള്ളൂ; ഒരുപക്ഷെ, ബോധപൂർവമല്ലാതെ അദ്ദേഹം ക്യൂബയുടെ മറ്റ്

ആകർഷണങ്ങൾക്ക് വശംവദനാവുകയായിരുന്നു. സെപ്തംബർ മാസത്തിലെ ആ വലിയ മത്സ്യങ്ങളിൽനിന്ന് ഭിന്നവും ഗ്രഹിക്കാൻ ബുദ്ധിമുട്ടുള്ളതുമായ ആകർഷണങ്ങൾ. എന്നാൽ തന്റെ വിവശമായ ആത്മാവിനെ സംബന്ധിച്ചിടത്തോളം മുറിയുടെ നാല് ചുവരുകളേക്കാൾ പ്രധാനമായ ആകർഷണങ്ങൾ. എങ്കിലും ഹെമിങ്വേ എഴുതി ഇടയ്ക്ക് നിർത്തുമ്പോഴെങ്കിലും അദ്ദേഹത്തിന്റെ ഭാര്യയാകാൻ കാത്തിരുന്ന ഏതൊരു സ്ത്രീക്കും ആ ജീവനറ്റ ഹോട്ടൽമുറി എത്രയും അസഹ്യമായിരുന്നു. ഹെമിങ്വേക്ക് ഏറ്റവും അധികം പ്രശ്നങ്ങളുള്ള കാലത്താണ് പൗലീൻ ഉപേക്ഷിച്ചുപോയത്. പക്ഷെ അധികം വൈകാതെ അദ്ദേഹം വിവാഹംചെയ്ത മാർത്ത ഹെൽഹോൺ ഈ പ്രശ്നത്തിന് ബുദ്ധിപൂർവ്വമായ ഒരു പരിഹാരം കണ്ടെത്തി. ഭർത്താവിന് സൗകര്യമായി ഇരുന്ന് എഴുതാൻ യോജ്യമായതും, തനിക്ക് ഇഷ്ടപ്പെടുന്നതുമായ ഒരുവീട് തേടിപ്പിടിക്കുക എന്ന പരിഹാരം. പത്രപ്പരസ്യങ്ങളിൽ നിന്ന് അവൾ ഒരു വീട് കണ്ടുപിടിച്ചു. ഹവാനയിൽനിന്ന് ഏറെ ദൂരമില്ലാത്ത നാട്ടിൻ പുറത്തെ വിഹിയ എസ്റ്റേറ്റ് എന്ന മനോഹരമായ ഒരു വിശ്രമവസതി. പ്രതിമാസം നൂറ് ഡോളറിന് മാർത്ത വാടകക്ക് എടുത്ത ഈ വീട് പിന്നീട് 18000 ഡോളറിന് ഹെമിങ്വേ വാങ്ങുകയും ചെയ്തു. ലോകത്തിന്റെ പലയിടങ്ങളിലും വീടുകളുള്ള എഴുത്തുകാരിൽ പലരോടും തങ്ങൾക്ക് ഏറ്റവും ഇഷ്ടമുള്ള വസതി ഏതെന്ന് ചോദിച്ചാൽ തങ്ങളുടെ പുസ്തകങ്ങൾ എല്ലാം സൂക്ഷിച്ചിട്ടുള്ളതേതോ അത് എന്നായിരിക്കും കിട്ടുന്ന ഉത്തരം. ഹെമിങ്വേയുടെ വിഹിയ എസ്റ്റേറ്റിൽ 9000 പുസ്തകങ്ങളുടെ ശേഖരമാണ് ഉണ്ടായിരുന്നത്. നാല് നായകളെയും മുപ്പത്തിനാല് പൂച്ചകളേയും അദ്ദേഹം അവിടെ വളർത്തി.

ആകെ ഇരുപത്തിരണ്ടുവർഷമാണ് ഹെമിങ്വേ ഹവാനയിൽ കഴിഞ്ഞത്. എഴുത്തുകാരനെന്ന നിലയ്ക്കുള്ള ജീവിതത്തിന്റെ ഏറ്റവും പ്രയോജനകരമായ പകുതി ഇവിടെ കഴിഞ്ഞെന്നർത്ഥം. അദ്ദേഹം ഇവിടെവെച്ചാണ് തന്റെ പ്രമുഖ കൃതികളെല്ലാം എഴുതിയത്. *ടു ഹാവ് ആന്റ് നോട്ട് ടു ഹാവി*ന്റെ പകുതി പൂർത്തിയാക്കിയതും. *ഫോർ ഹും ദി ബെൽ ടോൾസ്, എക്രോസ് ദി റിവർ ആന്റ് ഇൻ ടു ദി ട്രീസ്,എ മൂവബിൾ ഫീസ്റ്റ്,ഐലന്റ്സ് ഇൻ ദി സ്ട്രീം* എന്നിവയൊക്കെ എഴുതിയതും ഹവാനയിലെ താമസക്കാലത്തുതന്നെ. മാത്രമല്ല,വായു,ഭൂമി,ജലം എന്നിവയെക്കുറിച്ച് പ്രൗസ്റ്റിന്റെ മാതൃകയിൽ ഒരു വിചിത്രനോവൽ എഴുതാനുള്ള തന്റെ ജീവിതാഭിലാഷം സാക്ഷാത്ക്കരിക്കുന്നതിന് എണ്ണമറ്റ ശ്രമങ്ങൾ ഹെമിങ്വേ നടത്തിയതും ഹവാനയിൽവെച്ചുതന്നെ.

തന്റെ പത്രാധിപരുടെ നിർദ്ദേശപ്രകാരം 1961–ൽ വിഹിയ എസ്റ്റേറ്റിലെത്തുമ്പോൾ ക്യൂബക്കാരനായ യുവപത്രപ്രവർത്തകൻ നോർബർട്ടോ ഫ്യൂയന്റസിനെ മഥിച്ചിരുന്ന ചോദ്യം ക്യൂബയിലെ ഹെമിങ്വേയുടെ ജീവിതം എങ്ങനെയായിരുന്നു എന്നതാണ്. ഇതുവരെ ആർക്കും അറിയാത്ത കാര്യമായിരുന്നു അത്.

ഹെമിങ്‌വേ സ്വയം വെടിവെച്ച് മരിച്ചതിന് ഒരാഴ്ചക്കുശേഷമാണ് ഫ്യൂയന്റസ് വിഹിയയിലെത്തുന്നത്. മുമ്പൊരുദിവസം ഉച്ചക്ക് ഹെമിങ്‌വേയെ ഒരു ഹോട്ടലിന്റെ കോണിയിൽവെച്ച് ആദ്യമായി കാണുമ്പോൾ തന്റെ അച്ഛൻ പറഞ്ഞുതന്ന പരിമിതമായ ചില വിവരങ്ങൾ മാത്രമേ അദ്ദേഹത്തെപ്പറ്റി ഫ്യൂയന്റസിന് ഉണ്ടായിരുന്നുള്ളു. ഹെമിങ്‌വേ തന്റെ കറുപ്പുനിറമുള്ള കൂറ്റൻ പ്ലിമത്ത് കാറിന്റെ പിൻസീറ്റിൽ ചാരിയിരുന്ന് പോകുന്നതും ഏതാണ്ട് പത്ത് വയസുണ്ടായിരുന്ന കാലത്ത് ഫ്യൂയന്റസ് കണ്ടിരുന്നു. അപ്പോഴൊക്കെ ഒരുതരം ഭ്രമാത്മകമായ ചിത്രങ്ങൾ ഫ്യൂയന്റസിന്റെ മനസ്സിലൂടെ പോകുമായിരുന്നത്രേ. നഗരത്തിലെ മദ്യശാലകൾക്കടുത്തുള്ള ശ്മശാനത്തിലേക്ക് അവിടത്തെ ഏറ്റവും മനോഹരമായ ശവവണ്ടിയിൽ ഹെമിങ്‌വേയെ അടക്കാൻ കൊണ്ടുപോകുകയായിരുന്നു എന്ന വിചിത്രമായ തോന്നലാണ് അന്ന് ഫ്യൂയന്റസിന് മനസ്സിലുണ്ടായത്. ഹെമിങ്‌വേയുടെ ക്യൂബയിലെ ജീവിതത്തെപ്പറ്റി എഴുതുകയെന്ന ഭീമമായ ജോലിതുടങ്ങുമ്പോൾ ഫ്യൂയന്റസിന്റെ ആകെയുള്ള കൈമുതൽ ക്ഷണികമായ ഇത്തരം ചില അനുഭവങ്ങൾ മാത്രമായിരുന്നു.

ഹെമിങ്‌വേയുടെ ജീവചരിത്രകാരൻമാരിൽ പലരും അദ്ദേഹത്തിന്റെ ക്യൂബയിലെ കാലഘട്ടത്തെ മറച്ചുവയ്ക്കാൻ മാത്രമല്ല, പലരും വികൃതമായി ചിത്രീകരിക്കാനും ബോധപൂർവമായ ശ്രമം നടത്തിയിരുന്നു. അതുകൊണ്ട് ഇരുപതുവർഷം നീണ്ട സൂക്ഷ്മമായ ഗവേഷണം, ആയാസകരമായ അഭിമുഖസംഭാഷണങ്ങൾ, അസാധ്യം എന്ന് കരുതിയിരുന്ന ചില പുനരാവിഷ്കരണങ്ങൾ എന്നിവയിലൂടെയാണ് അജ്ഞാതരായ ക്യൂബക്കാരുടെ സ്മരണകളുടെ പടർപ്പുകളിൽ നിന്ന് ഫ്യൂയന്റസ് ഹെമിങ്‌വേയെ വലിച്ചു പുറത്തുകൊണ്ടുവന്നത്. ഹെമിങ്‌വേയുടെ ദൈനംദിന പ്രശ്നങ്ങൾ പലതും പങ്കിട്ടവരായിരുന്നു അവർ. ഹെമിങ്‌വേയുടെ സ്വകാര്യ ഡോക്ടർ, അദ്ദേഹത്തിന്റെ മീൻപിടുത്ത ബോട്ടിലെ ജീവനക്കാർ, കോഴിപ്പോരുകളിലെ ചങ്ങാതിമാർ, പാചകക്കാർ, മദ്യശാലകളിലെ ജോലിക്കാർ, സാൻഫ്രാൻസിസ്കോ ദ് പൗലാ പട്ടണത്തിലെ, റംകുടിക്കുന്ന വേളകളിലെ കൂട്ടുകാർ തുടങ്ങിയവരെയൊക്കെ ഫ്യൂയന്റസ് കണ്ട് സംസാരിച്ചു. വിഹിയ എസ്റ്റേറ്റിലെ ഹെമിങ്‌വേയുടെ ജീവിതത്തിന്റെ ഓരോ സൂക്ഷ്മവിവരവും ഫ്യൂയന്റസ് മാസങ്ങളോളം പഠനവിഷയമാക്കി. എഴുതിതീർത്തിട്ടും പോസ്റ്റുചെയ്യാതെ വച്ച കത്തുകൾ, മറ്റു ചില രചനകളുടെ കരടുകൾ, പാതി എഴുതിനിർത്തിയ കുറിപ്പുകൾ, രസകരമായ മത്സ്യബന്ധന യാത്രാവിവരണങ്ങൾ തുടങ്ങിയവയിലൊക്കെ ഹെമിങ്‌വേയുടെ ഹൃദയവും ആ ഉജ്ജ്വലശൈലിയും ഫ്യൂയന്റസിന് ദൃശ്യമായി. അങ്ങനെയാണ് പല ക്യൂബക്കാരും ധരിച്ചതിനേക്കാൾ അഗാധമാണ് ഹെമിങ്‌വേയുടെ ക്യൂബയിലെ വേരുകൾ എന്ന് ഫ്യൂയന്റസ് തന്റെ വീക്ഷണത്തിലൂടെ സ്ഥാപിച്ചിട്ടുള്ളത്.

ക്യൂബയുടെ അറിയപ്പെടാത്ത മൂലകളെക്കുറിച്ചുപോലും മറ്റേതൊരു സാഹിത്യകാരനും ഇല്ലാത്ത അടുത്ത പരിചയമാണ് ഹെമിങ്‌വേക്ക് ഉണ്ടാ

യിരുന്നത്. പിടിച്ചിരുത്തുന്നതും, വിജ്ഞാനപ്രദവുമായ ഈ പുസ്തകം അതിന്റെ മൗലികരൂപത്തിൽ തന്നെ ഞാൻ വായിച്ചു. അദ്ദേഹത്തിന്റെ ആ വിദഗ്ധമായ കഥകളിലെ വരികൾക്കിടയിൽ മിന്നായംപോലെ നാം കാണുന്ന ഹെമിങ്‌വേയിലേക്ക്--അല്പം ബാലിശ ചാപല്യത്തോടെയാണെങ്കിലും ജീവിക്കുന്ന ഹെമിങ്‌വേയിലേക്ക് —ഈ എഴുന്നൂറ് പേജുകൾ നമ്മെ വീണ്ടും കൊണ്ടുപോകുന്നു.

ജീവിതത്തിന്റെ അനിശ്ചിതത്വത്തിലും ക്ഷണികതയിലും വേവലാതിപൂണ്ടിരുന്ന ഹെമിങ്‌വേയെ, ഒരിക്കലും ഒന്നിലധികം അതിഥികളെ അത്താഴവേളകളിൽ സ്വീകരിക്കാത്ത ഹെമിങ്‌വേയെ, ലോകത്തേറ്റവും ഏകാന്തമായ തൊഴിലിന്റെ പ്രായോഗികമായ നിഗൂഢതകൾ മനസിലാക്കിയ അപൂർവം മനുഷ്യരിൽ ഒരാളായ ഹെമിങ്‌വേയെ നമുക്ക് ഈ പുസ്തകത്തിൽ ദർശിക്കാം.

ഹെമിങ്വേ പാരീസിൽ

ആയിരത്തിതൊള്ളായിരത്തി അമ്പത്തേഴിലെ മഴനിറഞ്ഞ വസന്ത കാലത്തിലെ ഒരു ദിവസം. പാരീസിലെ സാങ് മിഷേൽ തെരുവിലൂടെ ഭാര്യ മേരി വെൽഷുമായി നടന്നുപോവുകയായിരുന്ന ഹെമിങ്വേയെ കണ്ടമാത്രയിൽ ഞാൻ തിരിച്ചറിഞ്ഞു. എതിരെയുള്ള കാൽനടപ്പാതയിലായിരുന്ന അദ്ദേഹം ലക്സംബർഗ് ഗാർഡന്റെ ഭാഗത്തേക്ക് പോവുകയായിരുന്നു. പഴയ ഒരു കൗബോയ് പാന്റ്സ്, ടാർടൻ ഷർട്ട്, ബേസ്ബോൾ തൊപ്പി ഇതായിരുന്നു വേഷം. ആ ചെറിയ വട്ടക്കണ്ണട മാത്രം അദ്ദേഹത്തിന് തീരെ യോജിച്ചിരുന്നില്ല.അകാലത്തിൽ അപ്പൂപ്പനായ ഒരു മട്ടാണ് ആ കണ്ണടകൾ അദ്ദേഹത്തിന് നൽകിയത്. അന്ന് അമ്പത്തെട്ടു വയസ് പ്രായമുണ്ടായിരുന്ന അദ്ദേഹം വലിയ ദേഹപ്രകൃതിയുള്ളയാളായിരുന്നു. തന്റെ കൂറ്റൻ കായബലത്തെപ്പറ്റി കാണുന്നവർക്കൊക്കെ മതിപ്പ് ഉണ്ടാകണമെന്ന് അദ്ദേഹം ആഗ്രഹിച്ചിരിക്കും എന്ന് ഉറപ്പായിരുന്നെങ്കിലും, ആ ഇടുങ്ങിയ അരക്കെട്ടും ലുബർജാക്ക് ബൂട്ടുകളിൽനിന്ന് തെറിച്ചു നില്ക്കുന്ന മാതിരിയുള്ള മെലിഞ്ഞ കാലുകളും ഒക്കെക്കാരണം ആർക്കും അത്ര ശക്തിമാനാണദ്ദേഹം എന്ന് തോന്നിയിരിക്കില്ല. സെക്കന്റ് ഹാന്റ് പുസ്തകക്കടകൾക്കും സോർബൺ സർവകലാശാലയിൽ നിന്നുള്ള യുവവിദ്യാർഥികൾക്കും ഇടയിലൂടെ ഉത്സാഹവാനായി നടന്നുപോയിരുന്ന അദ്ദേഹത്തെ കാണുമ്പോൾ ഏതാണ്ട് നാല് വർഷത്തിനകം അദ്ദേഹം മരിക്കുമെന്ന് ചിന്തിക്കുവാൻപോലും കഴിയുമായിരുന്നില്ല.

പതിവുപോലെ അരനിമിഷനേരത്തേക്ക് എന്റെ രണ്ട് പരസ്പരവിരുദ്ധ കർത്തവ്യങ്ങൾക്കിടയിൽപെട്ടുപോയി ഞാൻ. പത്രലേഖകനെന്നനിലയിൽ അദ്ദേഹവുമായി ഒരഭിമുഖസംഭാഷണം നടത്തണോ, അതോ വെറുതെ തെരുവു മുറിച്ചുചെന്ന് അദ്ദേഹത്തോടുള്ള എന്റെ അദമ്യമായ

ആരാധന അറിയിക്കണോ? എനിക്ക് യാതൊരു രൂപവുമില്ല. എന്റെ മറ്റൊരു പോരായ്മ കാരണം ഈ രണ്ട് കാര്യങ്ങളും അത്ര എളുപ്പമല്ലായിരുന്നു എന്നതാണ് വാസ്തവം. ഇന്നത്തെപ്പോലെതന്നെ അന്നും പരുങ്ങലിലായിരുന്നു എന്റെ മുറിഇംഗ്ലീഷ് എന്ന പോരായ്മ. കാളപ്പോർ പ്രിയനെങ്കിലും അദ്ദേഹത്തിന് സ്പാനിഷ് എത്രമാത്രം അറിയാമെന്നും എനിക്ക് രൂപവുമില്ല. അതിനാൽ ആ നല്ല മുഹൂർത്തത്തെ അലങ്കോലപ്പെടുത്തേണ്ട എന്നുകരുതി എന്റെ രണ്ടു കർത്തവ്യങ്ങൾക്കും മുതിരേണ്ടയെന്ന് തീരുമാനിച്ചു. പകരം കൈപ്പത്തി രണ്ടും വായിലേക്ക് അടുപ്പിച്ച് ടാർസനെപ്പോലെ ഞാൻ വിളിച്ചുകൂവി:‘‘മാാാായെസ്ട്രോ...’’ വിദ്യാർഥികൾ കൂട്ടം കൂട്ടമായിനടന്നിരുന്ന ആ തെരുവിൽ ആരോ ഒരാൾ ഏതോ ഒരു മായെസ്ട്രോയെയായിരിക്കും വിളിച്ചതെന്ന് പൂർണ ബോധ്യമുണ്ടായിരിക്കാമെങ്കിലും ഹെമിങ്‌വേ ഉടൻതന്നെ ഒരു കുട്ടിയുടെ ശബ്ദത്തിൽ സ്പാനിഷ്ഭാഷയിൽ തിരികെ കൂവി: “അഡിയോസ്, അമിഗോ”. ആദ്യവും അവസാനവുമായി ഞാനദ്ദേഹത്തെ കാണുന്നത് അപ്പോഴായിരുന്നു.

പത്രപ്രവർത്തകനായിരുന്ന എനിക്ക് അന്ന് 28 വയസാണ്. എന്റെ ഒരു നോവൽ അതിനിടക്ക് പ്രസിദ്ധീകരിക്കപ്പെടുകയും കൊളംബിയയിലെ ഒരു സാഹിത്യ അവാർഡ് നേടുകയും ചെയ്തിരുന്നെങ്കിലും പാരീസിൽ അന്ന് ഞാൻ തീരെ അറിയപ്പെടാത്തവനായിരുന്നു. അതിനാൽ എനിക്ക് പ്രത്യേകിച്ച് എങ്ങോട്ടും പോകാനുണ്ടായിരുന്നില്ല. രണ്ട് അമേരിക്കൻ നോവലിസ്റ്റുകളെയാണ് ഞാനേറ്റവും ബഹുമാനിക്കുന്നത്. ഇരുവരും തമ്മിൽ യാതൊരു സാമ്യവും ഇല്ല. രണ്ടുപേരും അന്നുവരെ എഴുതിയത് ഞാൻ വായിച്ചിരുന്നു. പരസ്പരപൂരകമായിട്ടല്ല, മറിച്ച് പൂർണമായും വ്യത്യസ്തമായ രണ്ട് സാഹിത്യസൃഷ്ടികൾ എന്ന നിലയ്ക്കാണ് ഞാൻ അവ വായിച്ചത്. രണ്ടുപേരിൽ ഒരാൾ വില്യം ഫോക്നർ ആണ്. ഞാൻ ഒരിക്കലും നേരിൽ കണ്ടിട്ടില്ലാത്ത അദ്ദേഹം എന്റെ ഭാവനയിൽ ഒരു സാധാരണ കർഷകനായിരുന്നു. കാർടിയെ ബ്രെസ്സോണിന്റെ പ്രശസ്തമായ ആ ഛായാചിത്രത്തിലെന്നപോലെ രണ്ട് വെള്ളപട്ടിക്കുട്ടികളുമായി നിൽക്കുന്ന കർഷകനായ ഫോക്നർ. രണ്ടാമത്തെയാൾ കുറച്ചുമുമ്പ് തെരുവിനെതിരെനിന്ന് എന്നോട് ഹലോ പറഞ്ഞുനടന്നുപോയ ആൾ തന്നെ. ഒരു നിമിഷം മാത്രം നീണ്ട ആ അനുഭവം കൊണ്ട് ജീവിതത്തിൽ ഒരു വലിയകാര്യം സംഭവിച്ചുവെന്ന ധാരണ എന്നിലുണ്ടാക്കാൻ ഹെമിങ്‌വേക്ക് സാധിച്ചു. എനിക്ക് ഒരിക്കലും മറക്കാനാവില്ല ആ അനുഭവം.

സാധാരണയായി നോവലെഴുത്തുകാർ മറ്റുള്ളവരുടെ നോവലുകൾ വായിക്കുന്നത് അവരുടെ രചനകൾ എങ്ങനെയാണ് നിർവഹിക്കപ്പെട്ടിരിക്കുന്നത് എന്ന് അറിയാൻ മാത്രമാണെന്ന് ആരോ പറഞ്ഞിട്ടുണ്ട്. അത് സത്യമാണ്. നോവലിന്റെ താളുകളിൽ കാണുന്ന കഥകൾകൊണ്ട് മാത്രം ഞങ്ങൾ തൃപ്തരല്ല. ആ നോവൽശില്പംതന്നെ തിരിച്ചും മറിച്ചുംനോക്കി അതെങ്ങനെ രൂപപ്പെടുത്തിയിരിക്കുന്നുവെന്ന് ഞങ്ങൾ പരിശോധിച്ചറി

യാൻ ശ്രമിക്കും. ആ സൃഷ്ടിയുടെ നിർമാണശിലകളേതെന്നും ഇളക്കി മാറ്റി പരിശോധിക്കാറുണ്ട്. എന്താണ് ആ നോവലിന് ജീവൻ നൽകിയ തെന്ന് ഗ്രഹിച്ചശേഷം മാത്രമേ ആ നിർമാണശിലകൾ പുനഃസംഘടിപ്പി ക്കാറുള്ളു. പക്ഷെ, ഫോക്ക്നറിന്റെ സൃഷ്ടികൾ ഇങ്ങനെയൊരു പരി ശോധനക്ക് വിധേയമാക്കിയാൽ നാം നിരാശപ്പെടുകയേയുള്ളു. കാരണം അദ്ദേഹത്തിന്റെ രചനക്ക് വ്യവസ്ഥാപിതമായ ഒരു മാർഗമില്ല. കളിമൺപാ ത്രക്കടയിൽ അഴിച്ചുവിട്ട ആട്ടിൻപറ്റത്തെപ്പോലെ തന്റെ സാഹിത്യത്തിൽ കണ്ണുംപൂട്ടി അലയുന്ന ആളാണ് ഫോക്നർ. അദ്ദേഹത്തിന്റെ കൃതികൾ വിഘടിപ്പിച്ച് മാറ്റിനോക്കി പുനഃസംഘടിപ്പിക്കാൻ ശ്രമിച്ചാൽ പല സ്പ്രിങ്ങു കളും ആണികളും കാണാതെ നാം പരുങ്ങും, ഒരിക്കലും പൂർവ്വസ്ഥിതി യിലത് പുനഃസംഘടിപ്പിക്കാനാവുന്നില്ലെന്ന് മനസിലാവുകയും ചെയ്യും.

എന്നാൽ ഹെമിങ്വേ വ്യത്യസ്തനാണ്. പ്രചോദനവും വികാരവും ഉന്മാദവും അതിൽ അല്പം കുറഞ്ഞിരിക്കുമെങ്കിലും, തന്റെ സൃഷ്ടിക ളുടെ ആണികളും കമ്പികളുമൊക്കെ അതിൽ ഒരു തീവണ്ടിബോഗിയു ടേതെന്നപോലെ ദൃശ്യമായിരിക്കും. അതിനാലാകാം ഒരു എഴുത്തുകാര നെന്നനിലയിൽ ഹൃദയംകൊണ്ട് എനിക്ക് അടുപ്പം ഫോക്നറോടാണെ ങ്കിലും എഴുത്തുകാരനെന്ന തൊഴിലിന്റെ കാര്യത്തിൽ ഞാൻ ഹെ മിങ്വേയോട് അടുത്തു നിൽക്കുന്നത്. അദ്ദേഹത്തിന്റെ സാഹിത്യസൃ ഷ്ടികൾകൊണ്ട് മാത്രമല്ല ഇത്. ഒരു തച്ചുശാസ്ത്രജ്ഞന്റേതെന്നപോലെ രചനാശാസ്ത്രത്തിൽ അദ്ദേഹത്തിനുള്ള അഗാധമായ പിടിപാടുകൊണ്ട് കൂടിയാണിത്. പാരീസ് റിവ്യൂവിലെ, ജോർജ്ജ് പ്ലിംടണ് നൽകിയ ചരി ത്രപ്രസിദ്ധമായ അഭിമുഖസംഭാഷണത്തിൽ അദ്ദേഹം എഴുത്തുകാരന് സാമ്പത്തിക സൗകര്യവും നല്ല ആരോഗ്യവും എത്ര സഹായകമാണെന്ന് പറയുകയുണ്ടായി. സർഗസൃഷ്ടിയെക്കുറിച്ചുള്ള കാല്പനിക സങ്കല്പ ങ്ങൾക്ക് നിരക്കാത്തതാണീ അഭിപ്രായം. വാക്കുകൾ ഏറ്റവും അനുയോ ജ്യമായി സംഘടിപ്പിക്കുകയാണേറ്റവും ക്ലേശകരമെന്നും അദ്ദേഹം ചൂണ്ടി ക്കാട്ടി. എഴുത്ത് തുടരുന്നതിന് വല്ലാത്ത ക്ലേശങ്ങൾ തോന്നുമ്പോഴൊക്കെ താൻ മുമ്പെഴുതിയ പുസ്തകങ്ങൾ വായിക്കും. അപ്പോൾ എഴുത്ത് എല്ലായ്പ്പോഴും ക്ലേശകരമായിരുന്നെന്നും, അത് അതിജീവിക്കാനാവു മെന്നും മനസിലാകും--അദ്ദേഹം പറഞ്ഞു. സന്ദർശകരും ടെലിഫോണും ഇല്ലാത്ത എവിടെയിരുന്നും എഴുതാമെന്ന് അഭിപ്രായപ്പെട്ട ഹെമിങ്വേ പത്രപ്രവർത്തനം സാഹിത്യകാരന് വിനാശമാണെന്ന പൊതുധാരണ തെറ്റാണെന്നും പ്രഖ്യാപിച്ചു. പത്രപ്രവർത്തനം സാഹിത്യകാരന് സഹാ യകമാണെന്നായിരുന്നു അദ്ദേഹത്തിന്റെ പക്ഷം. പക്ഷെ, ഏറ്റവും ഉചി തമായ സന്ദർഭത്തിൽ ഒരു സാഹിത്യകാരൻ പത്രപ്രവർത്തനം നിർത്തി സാഹിത്യരചനയിൽ മാത്രമായി മുഴുകണം. "എഴുത്ത് നിങ്ങളുടെ ഏറ്റവും വലിയ ദുശീലവും ആനന്ദവുമായി കഴിഞ്ഞാൽ പിന്നെ മരണ ത്തിനുമാത്രമേ അതിൽനിന്ന് പിന്തിരിപ്പിക്കാൻ കഴിയൂ." ഹെമിങ്വേ ചൂണ്ടിക്കാട്ടി.

ഒരെഴുത്തുകാരന്റെ ഒരു ദിവസത്തെ ജോലി അവസാനിക്കുന്നത് പിറ്റേന്ന് എഴുതിത്തുടങ്ങാനുള്ളതെന്തെന്ന് ഉറപ്പിച്ചതിനുശേഷം മാത്രമാണെന്ന വെളിപ്പെടുത്തലാണ് ഹെമിങ്‌വേ നൽകിയ ഏറ്റവും വലിയ പാഠമെന്ന് ഞാൻ കരുതുന്നു. സാഹിത്യകാരന് ഇതിലും പ്രയോജനകരമായ ഉപദേശം ലഭിച്ചിട്ടുള്ളതായി എനിക്ക് തോന്നുന്നില്ല. ഒരെഴുത്തുകാരൻ ഏറ്റവും ഭയക്കുന്ന ദുർഭൂതത്തെ ഒഴിപ്പിക്കുന്നതിന് ഏറ്റവും ഫലപ്രദമായ മന്ത്രമാണീ ഉപദേശം. മുന്നിലെ തുറന്ന താളിൽ എന്ത് എഴുതിത്തുടങ്ങണമെന്ന് വിചാരിച്ച് ഉഴലുന്ന എഴുത്തുകാരന്റെ വ്യഥ എന്ന ദുർഭൂതം.

തനിക്ക് ലഭിച്ച പ്രചോദനം ഉജ്ജ്വലമായിരുന്നുവെങ്കിലും അത് എപ്പോഴും ഹ്രസ്വായുസ്സായിരുന്നുവെന്നാണ് ഹെമിങ്‌വേയുടെ കൃതികളെല്ലാം തെളിയിക്കുന്നത്. ഇത് സ്വഭാവികമാണ്. അദ്ദേഹത്തിനനുഭവപ്പെട്ടതുപോലെ തീക്ഷ്ണമായ ആത്മസംഘർഷം ഇത്രയും ശില്പവൈദഗ്ദ്ധ്യമാവശ്യമായ ആവിഷ്കരണരീതിക്ക് വിധേയമാക്കുമ്പോൾ പലപ്പോഴും ഒരു നോവലിന്റെ വിശാലവും സന്ദിഗ്ധവും ആയ പീഠികയിൽ നിറച്ചുനിർത്തുക ദുഷ്കരമാണ്. തന്റെ ഗംഭീരമായ പരിമിതികൾ ലംഘിച്ച് കടന്നുപോവുന്നത് ഹെമിങ്‌വേയുടെ വ്യക്തിത്വത്തിന്റെ ഭാഗമാണ്. പക്ഷെ, സാഹിത്യസൃഷ്ടിമൂലം അദ്ദേഹത്തിന് ദൗർബല്യമായിത്തീർന്നതും ഈ സ്വഭാവമാണ്. അതുകൊണ്ടാണ് മറ്റെഴുത്തുകാരുടെ സൃഷ്ടികളെക്കാൾ അദ്ദേഹത്തിന്റെ കൃതികളിൽ വ്യഥാസ്ഥൂലത തെളിയുന്നത്. ഊതിപ്പെരുപ്പിച്ച ചെറുകഥകളുടെ മട്ടിലുള്ള അദ്ദേഹത്തിന്റെ നോവലുകളിൽ അനാവശ്യമായി കണ്ടമാനം കാര്യങ്ങൾ കാണാം. മറിച്ച് അദ്ദേഹത്തിന്റെ ചെറുകഥകളിൽ നമുക്ക് അദൃശ്യമായ ഒന്നിനെക്കുറിച്ചാണ് നാം ആലോചിക്കുക. ആ കഥകൾക്ക് നിഗൂഢതയും സൗന്ദര്യവും നൽകുന്നതും ഈ അദൃശ്യമായ ഒന്നുതന്നെ. വർത്തമാനകാലത്തെ ഏറ്റവും മികച്ച എഴുത്തുകാരിൽ ഒരാളായ ലൂയി ബോർഹസിനും ഹെമിങ്‌വേയുടെ പോലെയുള്ള പരിമിതികൾ ഉണ്ട്. പക്ഷെ, ഇവ ലംഘിച്ച് പോകാൻ ശ്രമിക്കാതിരിക്കുകയെന്ന ബോധം അദ്ദേഹത്തിനുണ്ട്.

സിംഹത്തിനുനേരെ ഫ്രാൻസിസ് മക്കോംബർ വെക്കുന്ന വെടി നായാട്ടിനെക്കുറിച്ച് മാത്രമല്ല രചനയുടെ ശാസ്ത്രത്തെപ്പറ്റിയും നമ്മെ ഏറെ പഠിപ്പിക്കുന്നു. കാളപ്പോർ വിദഗ്ധനെ കുത്തിമലർത്തിയിട്ടശേഷം പോർക്കാള, 'പൂച്ച വളവ് തിരിഞ്ഞ് വരുന്നതുപോലെ തിരിച്ചെത്തി'യെന്ന് ഹെമിങ്‌വേ ഒരു ചെറുകഥയിൽ പറയുന്നുണ്ട്. എല്ലാ വിനയത്തോടെയും പറയട്ടെ, ഏറ്റവും സുവ്യക്തമായി എഴുതുന്ന ഒരാൾക്ക് മാത്രമേ ഇത്രയും സമർത്ഥമായ ഒരസംബന്ധം തട്ടിവിടാൻ കഴിയൂ. ഹെമിങ്‌വേയുടെ സൃഷ്ടികളൊക്കെ ഇത്തരം ലളിതവും ഉജ്വലവുമായ ഉൾക്കാഴ്ചകളാൽ സമ്പന്നമാണ്. മൊത്തം വലുപ്പത്തിന്റെ എട്ടിലേഴുഭാഗം വെള്ളത്തിനടിയിൽ അദൃശ്യമായി നിന്ന് താങ്ങുന്ന ഒരു മഞ്ഞുമലയെപ്പോലെയായാൽ മാത്രമേ സാഹിത്യസൃഷ്ടികളും മികച്ചതാവുകയുള്ളൂ എന്ന തന്റെ

സിദ്ധാന്തം എത്ര സൂക്ഷ്മമായി തന്റെ സൃഷ്ടികളിൽ അവലംബിച്ചു എന്നതിന്റെയും ദൃഷ്ടാന്തമാണീ ഉൾക്കാഴ്ചകൾ.

ശില്പ വൈദഗ്ദ്ധ്യത്തിലുള്ള ഈ ശ്രദ്ധ തന്നെയാണ് നോവലുകളേക്കാൾ ഹെമിങ്‌വേയുടെ ചിട്ടപ്പെടുത്തിയ ചെറുകഥകളെ മഹത്തരമാക്കുന്നത്. *മണി മുഴങ്ങുന്നത് ആർക്കുവേണ്ടി* എന്ന നോവലിനെക്കുറിച്ച് അദ്ദേഹംതന്നെ വെളിപ്പെടുത്തിയിട്ടുള്ളത് അത് എങ്ങനെയായിരിക്കണമെന്ന് തനിക്ക് മുൻകൂട്ടി ഒരു പദ്ധതിയോ രൂപമോ ഉണ്ടായിരുന്നില്ലെന്നാണ്. ഓരോ ദിവസവും എഴുതിയവസാനിച്ചതനുസരിച്ച് ഒരു രൂപമാണ് അതിനുണ്ടായിരുന്നത്. ഇത് അദ്ദേഹം പറയാതെ തന്നെ പുസ്തകത്തിൽ വളരെ വ്യക്തമാണ്. മറിച്ച് ചെറുകഥകളാവട്ടെ, പ്രചോദനത്തിന്റെ തീവ്രമായ ഒറ്റനിമിഷത്തിൽ രൂപംകൊണ്ടവയായതിനാൽ സുശക്തങ്ങളാണ്. മാഡ്രിഡിലെ ഒരു താല്ക്കാലിക താവളത്തിൽവെച്ച് മെയ് 16-ന് ഉച്ചക്ക് എഴുതിയ മൂന്നുകഥകൾ. അവിടെ ഒരു കാളപ്പോരിന് പോയതാണ് ഹെമിങ്‌വേ. പക്ഷെ, മഞ്ഞ് വീഴ്ചമൂലം പോര് റദ്ദാക്കിയതിനെത്തുടർന്ന് മുറിക്ക് പുറത്തിറങ്ങാൻ കഴിഞ്ഞില്ല. അപ്പോഴവിടെ വെച്ചെഴുതിയതാണ് *ദി കില്ലേഴ്സ്, ടെൻ ഇന്ത്യൻസ്, ടുഡേ ഈസ് ഫ്രൈഡേ* എന്നീ മൂന്ന് കഥകൾ എന്ന് ജോർജ്ജ് പ്ലിംടണോട് അദ്ദേഹം പറയുന്നുണ്ട്. അദ്ദേഹത്തിന്റെ ഏറ്റവും മഹത്തരമായ സൃഷ്ടികളാണ് ഇവ മൂന്നും.

ഹെമിങ്‌വേയുടെ വൈഭവം ഏറ്റവും പ്രകടമായിട്ടുള്ളത് അദ്ദേഹത്തിന്റെ ഏറ്റവും ചെറിയ ഒരു ചെറുകഥയിലാണ്, *എ ക്യാറ്റ് അണ്ടർ ദി റെയിൻ*. എന്നാൽ വിചിത്രമെന്ന് പറയട്ടെ, അദ്ദേഹത്തിന്റെ ഏറ്റവും സുന്ദരവും മാനുഷികവുമായ സൃഷ്ടി ഏറ്റവും വലിയ പരാജയമായ *എക്രോസ് ദി റിവർ ആന്റ് ഇൻടു ദി ട്രീസ്* ആണെന്ന് എനിക്ക് തോന്നുന്നു. ഈ കഥ ചെറുകഥയായി തുടങ്ങി നോവലിന്റെ കണ്ടൽക്കാടുകളിൽ എവിടെയോ കുടുങ്ങിപ്പോയ ഒന്നാണെന്ന് ഹെമിങ്‌വേ തന്നെ വെളിപ്പെടുത്തുന്നുണ്ട്. ഇത്രയും പ്രഗത്ഭനായൊരു ശില്പ വിദഗ്ധൻ ഘടനയിൽ ഇത്രയധികം വിടവുകളും, രചനാതന്ത്രത്തിലിതുപോലെ പാളിച്ചകളും വരുത്തിയതെങ്ങനെയെന്ന് മനസിലാക്കാൻ വിഷമമാണ്. സാഹിത്യചരിത്രത്തിൽതന്നെ ഏറ്റവും പ്രതിഭാധനനായ ഈ ശില്പി ഇത്രയും കൃത്രിമവും അസ്വാഭാവികവുമായ സംഭാഷണങ്ങൾ എഴുതുമോയെന്ന് നാം അതിശയിച്ചുപോകും. 1950-ൽ പ്രസിദ്ധീകരിച്ചപ്പോൾ തന്നെ അതിനു നേരെ നിഷ്ഠൂര വിമർശനമാണ് ഉയർന്നത്. ഇതിൽ ആകെ പരിഭവപ്പെട്ട ഹെമിങ്‌വേ, അദ്ദേഹത്തിന്റെ നിലവാരത്തിലുള്ള സാഹിത്യകാരന്മാർ ഒരിക്കലും ചെയ്യാൻപാടില്ലാത്ത ഒരു കാര്യം ചെയ്തു. വികാരഭരിതനായി സ്വയം ന്യായീകരിച്ചുകൊണ്ട് ഹവാനയിൽ നിന്ന് അദ്ദേഹം കമ്പിസന്ദേശം അയച്ചു. എന്നാൽ വാസ്തവത്തിൽ അദ്ദേഹത്തിന്റെ ഏറ്റവും മികച്ച നോവൽ ഇതാണ്. മാത്രമല്ല എല്ലാ അർത്ഥത്തിലും ഹെമിങ്‌വേയുടെ മാത്രം എന്ന് ഏറ്റവുമധികം പറയാവുന്ന നോവലും ഇതുതന്നെ. അനിശ്ചിതത്വം നിറഞ്ഞ വാർദ്ധക്യത്തിന്റെ പടിവാതിലിൽ നിൽക്കുമ്പോളെഴുതിയ

ഈ നോവലിൽ കഴിഞ്ഞകാലത്തെക്കുറിച്ചുള്ള തീവ്രവും ഗൃഹാതുരവുമായ ഒരു മുന്നറിവും നിറഞ്ഞുനിന്നിരുന്നു. അദ്ദേഹം ഇത്രയധികം ഉള്ളുതുറന്നെഴുതിയ കൃതി മറ്റൊന്നില്ല. മാത്രമല്ല, വിജയത്തിന്റെ നിഷ്ഫലത എന്ന തന്റെ ജീവിതത്തിന്റെയും കൃതികളുടെയും ആ അടിസ്ഥാന ദർശനം ഇത്രയും സുന്ദരമായും മൃദുലമായും മറ്റെവിടെയും ആവിഷ്കരിച്ചിട്ടില്ല. അതിലെ നായകന്റെ പ്രത്യക്ഷത്തിലേറ്റവും ശാന്തവും സ്വാഭാവികവുമെന്നു തോന്നിപ്പിക്കുന്ന മരണം ഹെമിങ്‌വേയുടെ തന്നെ ആത്മഹത്യയുടെ മുന്നറിയിപ്പായിരുന്നു.

ഒരു എഴുത്തുകാരന്റെ രചനകളുമായി എത്രയും തീവ്രമായും തീക്ഷ്ണമായും ഏറെക്കാലം അടുത്ത് കഴിയുമ്പോൾ അവയിലെ ഭാവനാലോകവും യാഥാർഥ്യവുമായി അനുവാചകൻ കൂടിക്കുഴഞ്ഞുപോകാറുണ്ട്. ചെന്നിരുന്ന് എഴുതാൻ ഏറ്റവും സുഖകരവും സൗഹാർദപൂർണ്ണവുമായ ഇടമെന്ന് ഹെമിങ്‌വേ വിശേഷിപ്പിച്ചിട്ടുള്ള മിഷേലിലെ കാപ്പിക്കടയിൽ ഞാൻ പല ദിവസങ്ങളിലും മണിക്കൂറുകളോളം അദ്ദേഹത്തിന്റെ കൃതികൾ വായിച്ച് ഇരുന്നിട്ടുണ്ട്. അപ്പോഴൊക്കെ, താൻ ഇരുന്നെഴുതുമ്പോൾ കാണാറുണ്ടെന്ന് ഹെമിങ്‌വേ എഴുതിയിട്ടുള്ള ആ പെൺകുട്ടിയെ ഞാനും കണ്ടുമുട്ടുന്നതായി എനിക്കു തോന്നാറുണ്ടായിരുന്നു. "കാറ്റ് വീശിയടിക്കുന്ന തണുത്ത മധ്യാഹ്നത്തിൽ ചിറകുകൾപോലെ വെട്ടിയിട്ട മുടിയുമായി കടന്നുവന്ന ആ സുന്ദരീ നീ എന്റെയാണ്, പാരീസ് എന്റെയാണ്." തന്റെ രചനകളുടെ സ്വഭാവമായിരുന്ന, ആ അടക്കിപ്പിടിച്ചെടുക്കാനുള്ള, ഒടുങ്ങാത്ത കരുത്തോടെ അദ്ദേഹം അവൾക്കെഴുതി. അദ്ദേഹത്തിന്റെ വിവരണത്തിന് വിഷയമായ എന്തും, അദ്ദേഹത്തിന്റേതായ എല്ലാ നിമിഷവും, എന്നും അദ്ദേഹത്തിന്റേത് തന്നെയായിരിക്കും. പരീസിലെ റി യു ദെ എൽ ഓദിയോണിലെ 12-ാം നമ്പർ തെരുവിൽക്കൂടി കടന്നുപോകുമ്പോൾ എപ്പോഴും ഞാൻ ആ പുസ്തകക്കടയിൽ(ഇന്നതാകെ മാറിയിരിക്കുന്നു) സിൽവിയ ബീച്ചുമായി അദ്ദേഹം സംസാരിച്ചു നില്ക്കുന്നതും, ജെയിംസ് ജോയ്സ് അതുവഴി വന്നാലോയെന്ന് പ്രതീക്ഷിച്ച് വൈകുന്നേരം ആറ് മണിവരെ അവിടെയൊക്കെ ചുറ്റിത്തിരിയുന്നതും കാണുന്നു. ഒറ്റനോട്ടത്തിന് കെനിയൻ പുൽമേടുകളിലെ സിംഹങ്ങളെയും കാട്ടുപോത്തുകളെയും അദ്ദേഹം തന്റേതാക്കിയിരുന്നു. നായാട്ടിന്റെ ഏറ്റവും ഗൂഢമായ രഹസ്യങ്ങൾപോലും ഹൃദിസ്ഥമായിരുന്നു ഹെമിങ്‌വേയ്ക്ക്. തന്റെ കൃതികളിലെ കാളപ്പോരുകാരും ബോക്സർമാരും കലാകാരന്മാരും കൊള്ളക്കാരും ഒക്കെ അദ്ദേഹത്തിന്റേത് മാത്രമായിരുന്നു. അവരൊക്കെ അദ്ദേഹത്തിന്റേതായ ആ നിമിഷത്തിൽ മാത്രം ജീവിച്ചു. ഇറ്റലി, സ്പെയിൻ, ക്യൂബ തുടങ്ങി ലോകത്തിലെ പാതിരാജ്യങ്ങളും പരാമർശമാത്രയിലൂടെ ഹെമിങ്‌വേ തന്റേതാക്കി മാറ്റി.

കിഴവനും കടലും എന്ന നോവലിലെ ഏകാകിയായ ആ മുക്കുവൻ താമസിച്ചിരുന്ന ഹവാനയ്ക്കടുത്തുള്ള ചെറുപട്ടണമായ കോജിമറിൽ ഹെമിങ്‌വേയുടെ ഒരു അർദ്ധകായ പ്രതിമയുണ്ട്. മരിക്കുന്നതുവരെ ക്യൂ

ബയിൽ അദ്ദേഹം താമസിച്ച ലാ വിഹിയ എസ്റ്റേറ്റിലെ വസതി നിഴൽ വിരിക്കുന്ന മരങ്ങൾക്കിടയിൽ യാതൊരു മാറ്റവും ഇല്ലാതെ ഇന്നും നില കൊള്ളുന്നു. മരിക്കുന്നതുവരെ അദ്ദേഹത്തിന്റെ സ്വന്തവും മരണശേഷം ആ പ്രതിഭയുടെ ഇന്ദ്രജാലംകൊണ്ട് കൊളുത്തിയ ചൈതന്യവുമായി ഇന്നും ജീവിക്കുന്ന ഒരു ലോകം ഇവിടെ മാറ്റമില്ലാതെ നിലനിൽക്കുന്നു. അദ്ദേഹത്തിന്റെ പുസ്തകശേഖരം, നായാട്ടിലൂടെ കിട്ടിയ സമ്മാനങ്ങൾ, എഴുത്തുമേശ, ഒരു ജോഡി കൂറ്റൻ ഷൂസ് തുടങ്ങി ആ ജീവിതത്തിന്റെ ഒട്ടേറെ സ്മാരകശിലകൾ ഇവിടെ അതുപോലെ സൂക്ഷിച്ചിരിക്കുന്നു. ഒരിക്കൽ ഒരു മഹാസാഹിത്യരസികൻ കൂടിയായ ഫിദൽ കാസ്ട്രോയോടൊപ്പം കാറിൽ കയറിയപ്പോൾ സീറ്റിൽ കിടക്കുന്നു ചുവന്ന തുകലിൽ പൊതിഞ്ഞ ഒരു ചെറിയ പുസ്തകം.''അത് ഗുരു ഹെമിങ്‌വേയുടെ പുസ്തകം തന്നെ'' അദ്ദേഹം പറഞ്ഞു.

ഹെമിങ്‌വേ മരിച്ചിട്ട് വർഷങ്ങൾ കഴിഞ്ഞിരിക്കുന്നു. പക്ഷെ, ഒരു മേയ്മാസത്തിൽ സാങ് മിഷേൽ തെരുവിനെതിരെയുള്ള നടപ്പാതയിൽ നിന്ന് എന്നോട് അഭിവാദ്യം അറിയിച്ചപ്പോഴെന്നപോലെതന്നെ ക്ഷണികമായിട്ടാണെങ്കിലും, ഇന്നും തീരെ പ്രതീക്ഷിക്കാത്ത നിമിഷങ്ങളിൽ അദ്ദേഹം നിർബന്ധമായും എന്റെ മുന്നിൽ പ്രത്യക്ഷപ്പെടുന്നു.

അമേരിക്ക അടഞ്ഞവാതിൽ

ഏതാണ്ട് ഇരുപത്തിമൂന്ന് വർഷം മുമ്പാണ് ഞാനും ഭാര്യ മെഴ്സിഡസും ഞങ്ങളുടെ രണ്ടു കുട്ടികളുമായി അമേരിക്കയേയും മെക്സിക്കോയെയും ബന്ധിപ്പിക്കുന്ന ഇരുമ്പുപാലം സ്ഥിതിചെയ്യുന്ന നൂവോ ലറേഡോ എന്ന അതിർത്തി നഗരത്തിൽ പോയത്, മെക്സിക്കോയിലേക്കുള്ള പുന:പ്രവേശനവിസയുടെ കാലാവധി കഴിഞ്ഞതിനാൽ അത് പുതുക്കിക്കിട്ടാൻ അമേരിക്കയിലേക്ക് പോകാനാണ് ഞങ്ങൾ എത്തിയത്. ഭാര്യയും രണ്ടുമക്കളും പാലംകടന്ന് അപ്പുറത്തേക്ക് പോയി. എന്റെയും വിസയുടെ കാലാവധി കഴിഞ്ഞിരുന്നില്ലെങ്കിലും എനിക്ക് അമേരിക്കയിൽ പോകാൻ കഴിയുമായിരുന്നില്ല. കാരണം അമേരിക്കയിൽ പ്രവേശിക്കുന്നതിന് എനിക്ക് മൂന്നുമാസത്തെ വിലക്ക് കൽപ്പിച്ചിരുന്നു. പാലത്തിലൂടെ രണ്ട് ദിശകളിലേക്കും ജനം ഒഴുകിക്കൊണ്ടിരുന്നു. അതിർത്തിക്കടുത്തു കഴിയുന്ന മറ്റെല്ലാ രാജ്യങ്ങളിലെയും ജനങ്ങളെപ്പോലെതന്നെ ഇവിടെയും ഒരു രാജ്യത്ത് താമസിച്ച് മറുരാജ്യത്ത് ജോലി നോക്കുന്നവർ ധാരാളമുണ്ടായിരുന്നു. പതിവായി അങ്ങോട്ടും ഇങ്ങോട്ടും പോകുന്ന ഇക്കൂട്ടരെ ഇരുരാജ്യങ്ങളിലെയും പരിശോധനാ ഉദ്യോഗസ്ഥർക്ക് അറിയാമായിരുന്നതിനാൽ ഇവരെ ആരും തടഞ്ഞിരുന്നില്ല. പക്ഷെ അപരിചിതരെ പാലത്തിന്റെ ഇരുവശത്തും കർശനമായി കസ്റ്റംസ്, പാസ്പോർട്ട് പരിശോധനകൾക്ക് വിധേയമാക്കിയിരുന്നു. മെക്സിക്കോക്കാരല്ലാത്തവരാണെങ്കിൽ പരിശോധന ഏറ്റവും വിശദവും കർശനവും ആയിരുന്നതുകൊണ്ട് ഞാനപ്പുറത്തേക്ക് കടക്കാൻ ചെറിയൊരു ശ്രമംപോലും നടത്താൻ മെനക്കെട്ടില്ല. അതുകൊണ്ട് പാലം തുടങ്ങുന്നതിനടുത്തുള്ള ഒരു തടിബഞ്ചിൽ അമേരിക്കയുടെ ഭാഗത്തുനിന്ന് അഭിമുഖമായി ഞാനിരുന്നു. ഈ വിചിത്രമായ വിദേശപര്യടനം കഴിഞ്ഞ് എന്റെ കുടുംബം മടങ്ങിവരുന്നതും

കാത്തിരിക്കുന്നതിനിടക്ക് സമയം പോകാൻ കുറെ മാസികകളും ഞാൻ കരുതിയിരുന്നു.

പക്ഷെ, ഞങ്ങളെല്ലാവരും പ്രതീക്ഷിച്ചതിനേക്കാൾ മുമ്പുതന്നെ അവർ മടങ്ങിയെത്തി. എങ്കിലും അവരെത്തുന്നതിനുമുമ്പുണ്ടായ ഒരു സംഭവം രേഖപ്പെടുത്താതെ വയ്യ. എനിക്കൊരു കമ്പിളി ഉടുപ്പ് കൊണ്ടുവരണമെന്ന് അവിടെവെച്ച് മെഴ്സിഡസിന് ഒരാഗ്രഹം. പക്ഷെ ഏതു നിറം വേണമെന്ന് തീരുമാനിക്കാൻ അവൾക്ക് കഴിഞ്ഞില്ല. അതുകൊണ്ട് പാലത്തിനപ്പുറത്തു തന്നെയുള്ള ഒരു കമ്പിളിക്കടയുടെ മുന്നിൽ നിന്നുകൊണ്ട് അവിടെയുള്ള സെറ്ററുകൾ ഒന്നൊന്നായി ഉയർത്തിപ്പിടിച്ചുകൊണ്ട് അവളെന്നെ കാണിച്ചു. അവയിലൊന്ന് ഇഷ്ടപ്പെട്ടതായി ഞാനും ആംഗ്യം കാട്ടി. ഈ സംഭവം എന്റെ ഓർമ്മക്കുറിപ്പിൽ സൂക്ഷ്മമായി രേഖപ്പെടുത്തിയിട്ടുണ്ട്. ഇത് അസാധാരണവും രസകരവുമായ സംഭവമായതുകൊണ്ട് മാത്രമല്ല, ആരുടേയോ വിവരംകെട്ട നടപടികൾ മറ്റൊരാളെ കോമാളിവേഷം കെട്ടാൻ നിർബന്ധിതമാക്കുന്നതെങ്ങനെയാണെന്നതിന്റെ ഒന്നാന്തരം ഉദാഹരണമായി എനിക്ക് ഈ സംഭവം അനുഭവപ്പെട്ടതുകൊണ്ടു കൂടിയാണ്.

അമേരിക്ക ആദ്യമായി എനിക്ക് വിസ നിഷേധിക്കുകയായിരുന്നു. അതിൽപിന്നെ പലപ്പോഴും താല്ക്കാലികവും സോപാധികവുമായ അനുമതിയോടെ ഞാൻ അമേരിക്കയിൽ പോയപ്പോഴൊക്കെ ഇത്തരം വിചിത്രമായ പല സംഭവങ്ങളുമുണ്ടായിട്ടുണ്ട്. എന്തുകൊണ്ടാണ് ഞാൻ അമേരിക്കയ്ക്ക് അനഭിമതനായതെന്നതു തന്നെ എനിക്ക് മനസ്സിലായിട്ടില്ല. ഒരു ക്യൂബൻ വാർത്താ ഏജൻസിയുടെ ന്യൂയോർക്ക് ലേഖകൻ ആകാനാണ് 1959ൽ ബൊഗോട്ടയിൽ നിന്ന് ആദ്യമായി അമേരിക്കൻ വിസയ്ക്ക് ഞാൻ അപേക്ഷിക്കുന്നത്. ഉടൻതന്നെ അവർ എനിക്ക് താമസാനുമതി കാർഡ് നൽകുകയും ചെയ്തു. ഒരുവർഷം കഴിഞ്ഞ് വാർത്താ ഏജൻസി വിട്ട് ഞാൻ മെക്സിക്കോയിൽ മടങ്ങിയെത്തുന്നതുവരെ ആ കാർഡ് എന്റെ പക്കൽ ഉണ്ടായിരുന്നു. മെക്സിക്കോയിലെത്തിയ ഉടൻതന്നെ അവിടത്തെ അമേരിക്കൻ എംബസി ഉദ്യോഗസ്ഥർ എത്രയും എളുപ്പത്തിൽ എന്റെ താമസസ്ഥലം കണ്ടെത്തി എന്റെയും കുടുംബാംഗങ്ങളുടെയെല്ലാവരുടേയും താമസാനുമതികാർഡുകൾ മടക്കിവാങ്ങുകയും ചെയ്തു. ഇത്രവേഗം എന്റെ മേൽവിലാസം കണ്ടെത്തിയ അവരുടെ കാര്യക്ഷമത കണ്ട് ഞാൻ അത്ഭുതപ്പെട്ടുപോയി. ന്യൂയോർക്കിലായിരുന്നപ്പോൾ ഞാനടച്ച കൂടുതൽനികുതിയിൽനിന്ന് ഇളവ്ചെയ്ത തുക മെക്സിക്കോയിലേക്ക് അയച്ചുതരുന്ന സന്ദർഭത്തിൽമാത്രം എന്റെ വിലാസം കണ്ടെത്താനവർക്കായില്ലെന്ന് കണ്ടപ്പോഴും ഞാൻ അതുപോലെതന്നെ അത്ഭുതപ്പെട്ടു.

ഒരു വിസ കിട്ടാനും, കുറഞ്ഞപക്ഷം അതിനുള്ള എന്റെ അനർഹതയ്ക്കുള്ള വിശദീകരണമെങ്കിലും ലഭിക്കാനും ഞാൻ പത്തുവർഷത്തിലേറെക്കാലം നടത്തിയ ശ്രമങ്ങളെല്ലാം വൃഥാവിലാവുകയാണുണ്ടായ

ത്. രഹസ്യഭാഷയിലുള്ള ഒരു സന്ദേശം മനസിലാക്കിയെന്ന് അവകാശപ്പെട്ടുകൊണ്ട് നയതന്ത്രാലയത്തിൽ ജോലിചെയ്തിരുന്ന ഒരു സുഹൃത്ത് അറിയിച്ചത്, കാമറൂണിൽ ഭീകരപ്രവർത്തനം നടത്തിയതിനാലാണ് എനിക്ക് വിസ നിഷേധിച്ചതെന്നായിരുന്നു. ഇത്തരം അസംബന്ധങ്ങൾ ധാരാളം മുമ്പ് കേട്ടിട്ടുള്ളതുകൊണ്ടും, ഞാൻ എന്നും ഭീകരപ്രവർത്തനങ്ങളെ പരസ്യമായി എതിർത്തിട്ടുള്ള ആളായതിനാലും, ഇതിനൊക്കെപ്പുറമേ കാമറൂണിൽ ആയുസ്സിൽ ഒരിക്കൽപോലും പോകാൻ കഴിഞ്ഞിട്ടില്ലാത്തതുകൊണ്ടും, ഇതുകേട്ട് ഞാൻ അത്ഭുതപ്പെട്ടില്ല. എന്റെ വിസാ നിഷേധത്തിന് അമേരിക്കൻ നയതന്ത്ര ഉദ്യോഗസ്ഥർ എന്നും തന്ന വിശദീകരണം ഒന്നുതന്നെയായിരുന്നു. എനിക്ക് കമ്യൂണിസ്റ്റ് പാർട്ടിയിലോ അതുമായി ബന്ധപ്പെട്ട മറ്റു സംഘടനകളിലോ അംഗത്വം ഉണ്ടെന്നോ മുമ്പ് ഉണ്ടായിരുന്നെന്നോ ഉള്ള ബാലിശമായ ആരോപണം. ഇത് ചിലപ്പോൾ, സത്യമായിരുന്നിരിക്കാം. അങ്ങനെ ആയിരുന്നെങ്കിൽതന്നെ എനിക്ക് പശ്ചാത്താപവുമില്ല. പക്ഷെ, ഒരിക്കലും ഒരു രാഷ്ട്രീയപ്പാർട്ടിയിലും എനിക്ക് അംഗത്വം ഉണ്ടായിരുന്നിട്ടില്ലെന്നതാണ് വാസ്തവം.

1971 ൽ ന്യൂയോർക്കിലെ കൊളംബിയ സർവകലാശാലയിൽ എനിക്ക് ഡോക്ടറേറ്റ് ബഹുമതി നൽകാൻ തീരുമാനിച്ചപ്പോഴാണ് മാൻഹാട്ടൻ ദ്വീപിൽ മാത്രം കടക്കുന്നതിന് ഒരാഴ്ച കാലാവധിയുള്ള വിസ തരാൻ ആദ്യമായി അമേരിക്കൻ ഗവൺമെന്റ് സമ്മതിക്കുന്നത്. ന്യൂയോർക്കിൽ വീണ്ടുംപോകാൻ കഴിയുന്നതിലുള്ള എന്റെ ആഹ്ലാദത്തിൽ വ്യസനകരമായ മറ്റൊരുസംഭവം നിഴൽ വീഴ്ത്തി. പിറ്റേന്ന് പത്രത്തിൽ സ്ഥാനം പിടിക്കുന്ന അബദ്ധങ്ങളൊന്നും ന്യൂയോർക്ക് വിമാനത്താവളാധികൃതർ ചെയ്യാതിരിക്കാൻ മുൻകരുതലായി രാത്രി എട്ടു മണിക്ക് തന്നെ വിമാനത്താവളത്തിൽ നിന്ന് എന്നെ വിളിച്ചുകൊണ്ടുപോകാൻ സ്റ്റേറ്റ് ഡിപ്പാർട്ടുമെന്റ് ഒരു ഉദ്യോഗസ്ഥനെ അയച്ചിരുന്നു. അദ്ദേഹത്തിന് പിറ്റേന്നുതന്നെ ഓഫീസിൽ ഹാജരാകണമായിരുന്നതിനാൽ എന്നെ ഹോട്ടലിൽ കൊണ്ടാക്കിയ ശേഷം അടുത്ത വിമാനത്തിൽ മടങ്ങേണ്ടിയിരുന്നു. പക്ഷെ, ഞാൻ വരുന്ന വിമാനം ഫ്രാങ്ക്ഫർട്ടിൽ നിന്നല്ല. കൊളംബിയയിലെ ബാരൻകിലയിൽ നിന്നായിരുന്നു. അതിനാൽ രാത്രി എട്ടിനല്ല, പിറ്റേന്ന് പുലർച്ചെ നാലുമണിക്കാണ് ഞാൻ ന്യൂയോർക്കിൽ എത്തിയത്. തലേന്ന് രാത്രിമുതൽ എന്നെ കാത്തിരിക്കുകയായിരുന്ന അദ്ദേഹം ആകെ തളർന്നിരുന്നു. *കേണലിന് ആരും എഴുതുന്നില്ല* എന്ന എന്റെ പുസ്തകത്തിന്റെ ഇംഗ്ലീഷ് തർജമ ഈ സമയംകൊണ്ട് മൂന്നു പ്രാവശ്യം വായിച്ചതിന്റെയും ക്ഷീണം അദ്ദേഹത്തിന് ഉണ്ടായിരുന്നു. ഞാൻ ഏതുതരക്കാരനാണെന്നും എന്തൊക്കെയാണ് എഴുതിക്കൂട്ടിയിട്ടുള്ളതെന്നും മനസിലാക്കാനായിരിക്കണം അദ്ദേഹം ആ പുസ്തകം കരുതിയത്. രാത്രി ഹോട്ടലിൽ ചെലവഴിച്ച ശേഷം പിറ്റേന്ന് അതിരാവിലെതന്നെ അദ്ദേഹം പുറപ്പെടാൻ ഒരുങ്ങുമ്പോൾ പുസ്തകത്തിൽ ഒപ്പിട്ടുതരാമെന്ന് ഞാൻ പറഞ്ഞു. എന്നാൽ പുസ്തകം ഒരു സഞ്ചരിക്കുന്ന ലൈബ്രറിയുടെതാണെന്നും അതിന്റെ

പേജുകളിൽ എഴുതാൻ പാടില്ലെന്നും തെല്ലൊരു വല്ലായ്മയോടെ അദ്ദേഹം മറുപടി നൽകി. ഓഫീസ് സമയം തെറ്റാതിരിക്കാനായി ആ പുലർച്ചക്ക് അദ്ദേഹം പാഞ്ഞുപോകുന്നത് കണ്ടപ്പോൾ ആ പാവം സർക്കാർ ഉദ്യോഗസ്ഥന്റെ രാത്രി മുഴുവൻ താറുമാറാക്കിയതിന് എനിക്ക് വല്ലാത്ത വിഷമംതോന്നി. എനിക്ക് വിസ നിഷേധിക്കുന്ന കിറുക്കന്മാരായ ഉദ്യോഗസ്ഥരുമായി, ആവശ്യത്തിന് ശമ്പളമോ നർമബോധം പോലുമോ ഇല്ലാത്ത ഈ പാവത്തിന് എന്ത് ബന്ധം!

ഗ്രിംഗോകളെ സംബന്ധിച്ച് എനിക്ക് ഒട്ടും ഇഷ്ടമില്ലാത്ത കാര്യങ്ങളിലൊന്ന് അവരുടെ കുറ്റബോധമാണ്. കുറ്റബോധത്തിൽ മുങ്ങിയാണവർ കഴിയുന്നത്, ലറ്റിനമേരിക്കൻ സാഹിത്യകാരന്മാർക്കും കലാകാരന്മാർക്കും മറ്റും വിസ നിഷേധിക്കുന്നത് സംബന്ധിച്ച് അവർ സ്വയം സൃഷ്ടിക്കുന്ന പ്രശ്നങ്ങളുടെ കാര്യത്തിൽ ഇത് ഏറ്റവും പ്രകടമാകുന്നു. അമേരിക്ക വിസ നിഷേധിച്ച ഒട്ടേറെ സുഹൃത്തുക്കൾ എനിക്കുണ്ട്. അമേരിക്കൻ സർവ്വകലാശാലകളും സാംസ്കാരിക സംഘടനകളും സ്ഥിരമായി ക്ഷണിക്കാറുള്ള ജൂലിയോ കോർത്തസാറിന് ഓരോ തവണ പോകുമ്പോഴും അതിജീവിക്കേണ്ടിവരുന്ന നടപടിക്രമങ്ങളും ചുവപ്പുനാടയും നൂലാമാലയും ഒട്ടനവധിയാണ്. സ്വന്തം അഭിപ്രായവും വീക്ഷണവും ഉള്ള സാഹിത്യകാരനെന്നതിന് പുറമേ അവർക്ക് അദ്ദേഹത്തിന് നേരെ ഉന്നയിക്കാൻ കഴിഞ്ഞ ഒരേയൊരു കുറ്റം കോർത്തസാർ ക്യൂബൻ വിപ്ലവത്തെയും, പിന്നീട് നിക്കരാഗ്വേയിലെ പുതിയ വ്യവസ്ഥയേയും പിന്തുണച്ചു എന്നതാണ്. അമേരിക്കയിൽവെച്ചുപോലും തന്റെ രാഷ്ട്രീയാഭിപ്രായങ്ങൾ തുറന്നുപറയാൻ ഒരിക്കലും മടിക്കാത്ത കാർലോസ് ഫ്യൂയന്റസും അവർക്ക് അനഭിമതനാണ്. എത്രയും ഹ്രസ്വകാലത്തേക്ക് മാത്രമുള്ള വിസയാണ് ഫ്യൂയന്റസിന് നൽകാറുള്ളത്. ഇത്തരം വിവേചനം നേരിടേണ്ടിവരാത്ത ഒട്ടേറെ ലാറ്റിനമേരിക്കൻ എഴുത്തുകാരും പ്രൊഫസർമാരും ഒക്കെയുണ്ട്. അമേരിക്കക്ക് അനുകൂലമായ എന്തെങ്കിലും പ്രവർത്തനത്തിന് ചെല്ലാൻ എപ്പോഴും അനുമതി ഉണ്ടായിരിക്കും. അല്ലെങ്കിൽ കമ്യൂണിസ്റ്റ് ബന്ധം തുടങ്ങിയ വാദമുഖങ്ങളോടെ വിസ നിഷേധിക്കുക തന്നെ.

അർജന്റീനക്കാരിയായ കലാനിരൂപക മാർത്ത ട്രാബയ്ക്കും ഉറുഗ്വെയിൽ നിന്നുള്ള പ്രൊഫസർ ഏഞ്ചൽ റാമയ്ക്കും ഉണ്ടായ അനുഭവങ്ങൾ കുപ്രസിദ്ധമാണ്. മെരിലാന്റ് സർവകലാശാലയിൽ ഏറെക്കാലം ജോലി ചെയ്തിരുന്ന ഇവർക്ക് ഒരു സുപ്രഭാതത്തിൽ അമേരിക്ക വിട്ടുപോകാൻ ഉത്തരവ് ലഭിച്ചു. എന്നാൽ ഏഞ്ചൽ റാമയ്ക്ക് ഈ ഉത്തരവിൽനിന്ന് രക്ഷപ്പെടുന്നതിന് നിന്ദ്യമായ ഒരു മാർഗവും നിർദ്ദേശിക്കപ്പെട്ടു. കമ്യൂണിസ്റ്റ് അനുഭാവിയായി കരുതപ്പെട്ടിരുന്ന ഏഞ്ചൽ കമ്യൂണിസത്തിനെതിരെ രേഖാമൂലം പ്രസ്താവനയിറക്കുക. മാർത്ത ട്രാബയുടെ നേരെ ഇതും ഉണ്ടായിട്ടില്ല.

ഇതൊക്കെ വെറും വിഡ്ഢിത്തം മാത്രമാണെന്ന് എനിക്ക് തോന്നു

ന്നില്ല. എന്നാൽ ഈ സമീപനം തന്നെ എത്രയും യുക്തിരഹിതമാണെന്ന് അവർ ഓർക്കാറില്ല. ഞങ്ങൾക്കൊക്കെ പ്രവേശനം നിഷേധിക്കുന്നുണ്ടെങ്കിൽ ഞങ്ങളുടെ പുസ്തകങ്ങൾക്കും നിരോധനം ഏർപ്പെടുത്തുകയാണ് യുക്തി. പക്ഷെ, അത് ചെയ്തിട്ടില്ല. പുസ്തകങ്ങളാണ് എഴുത്തുകാരേക്കാൾ അപകടകരം എന്ന് ഹിറ്റ്ലറിനറിയാമായിരുന്നു. അമേരിക്കയിലെ നീതിന്യായ വകുപ്പിലെ നിഗൂഢ പ്രതിഭകൾ അല്പമൊന്നാലോചിച്ചാൽ ഇക്കാര്യം മനസ്സിലാക്കാവുന്നതേയുള്ളു.

അമേരിക്കൻ സമൂഹത്തെ രക്ഷിക്കാനാണ് ഞങ്ങൾക്ക് വിസ നിഷേധിക്കുന്നതെന്ന അവകാശവാദം പൊള്ളയാണെന്ന് എനിക്ക് തോന്നുന്നു. അതായിരുന്നു അവരുടെ ഉദ്ദേശ്യമെങ്കിൽ ഞങ്ങളുടെ പുസ്തകങ്ങൾക്ക് വിലക്കു കല്പിക്കണമായിരുന്നു. തങ്ങളെ വിമർശിക്കാൻ ധൈര്യപ്പെടുന്നവന് തക്കശിക്ഷ നൽകുക എന്ന പഴയ രാജാക്കന്മാരുടെ മനോഭാവമാണ് അവരെ നയിക്കുന്നതെന്ന് കരുതേണ്ടിയിരിക്കുന്നു.

ക്യൂബ: ഉപരോധത്തിന്റെ നാളുകളിൽ

ഉപരോധത്തിന്റെ ആദ്യരാത്രിയിൽ ക്യൂബയിൽ ഏതാണ്ട് 482560 കാറുകൾ, 343300 ഫ്രിഡ്ജുകൾ, 549700 റേഡിയോകൾ, 303500 ടെലിവിഷൻ സെറ്റുകൾ, 352900 ഇലക്ട്രിക്ക് ഇസ്തിരിപ്പെട്ടികൾ, 286400 ഇലക്ട്രിക് ഫാനുകൾ, 41800 വാഷിങ് മെഷീനുകൾ, 3510000 റിസ്റ്റുവാച്ചുകൾ, 63 തീവണ്ടികൾ, 12 ചരക്കുകപ്പലുകൾ എന്നിവയാണുണ്ടായിരുന്നത്. ഇവയിൽ സ്വിറ്റ്സർലാൻഡിൽ നിർമിച്ച വാച്ച് ഒഴികെ മറ്റെല്ലാംതന്നെ അമേരിക്കൻ നിർമിതം.

മേൽപ്പറഞ്ഞ അപായകരമായ സംഖ്യകൾ തങ്ങളുടെ ജീവിതത്തെ എങ്ങനെ ബാധിച്ചു എന്ന് ക്യൂബക്കാരിൽ ഭൂരിപക്ഷവും മനസ്സിലാക്കാൻ കുറച്ചുകാലം പിടിക്കും എന്ന് തോന്നുന്നു. ഉൽപ്പാദനത്തിന്റെ കാര്യത്തിൽ തങ്ങൾ ഒരു സ്വതന്ത്രരാജ്യമല്ലെന്നും അമേരിക്കയുടെ ഒരു വാണിജ്യ ഉപഭൂഖണ്ഡം മാത്രമാണെന്നും ഉടൻതന്നെ ക്യൂബക്ക് വ്യക്തമായി. ക്യൂബയിലെ പഞ്ചസാര, പുകയില വ്യവസായങ്ങൾ അമേരിക്കയിലെ വ്യവസായ ഗ്രൂപ്പിൽ സമ്പൂർണമായി ആശ്രയിച്ചാണ് നിലനിൽക്കുന്നത് എന്നതിന് പുറമേ, ഇവിടെ ജനങ്ങൾ ഉപയോഗിക്കുന്ന എല്ലാ വസ്തുക്കളും അമേരിക്കയിൽ ഉൽപാദിപ്പിക്കുന്നവയായിരുന്നു. ഹവാനയിലും മറ്റു രണ്ടുമൂന്ന് പ്രവിശ്യയിലും കണ്ടാൽ സമൃദ്ധി വിലസുന്നുവെന്ന് തോന്നിക്കുമെങ്കിലും വാസ്തവത്തിൽ വിദേശനിർമിതമല്ലാത്ത ഒന്നും ഇവിടെ കാണാൻ കഴിയില്ലായിരുന്നു. ടൂത്ത്ബ്രഷ് മുതൽ കടൽത്തീരത്തെ അത്യാധുനിക ഹോട്ടൽവരെ വിദേശി. ദൈനംദിന ജീവിതത്തിന് ആവശ്യമായതും അനാവശ്യമായതുമായ 30000 സാധനങ്ങൾ ആണ് ക്യൂബ അമേരിക്കയിൽ നിന്ന് ഇറക്കുമതി ചെയ്തിരുന്നത്. എന്തിന്, ഇത്തരം വസ്തുക്കൾ വിൽക്കുന്ന ചന്തകളിൽ ഏറ്റവുമധികം സാധനങ്ങൾ വാങ്ങിക്കൂട്ടു

ന്നവരും വെസ്റ്റ് പാം ബീച്ചിൽനിന്ന് തോണിയിലും ന്യൂ ഓർലിയൻസിൽനിന്ന് കടൽത്തീവണ്ടികളിലുംമറ്റുമെത്തുന്ന വിനോദസഞ്ചാരികളായിരുന്നു. തങ്ങളുടെ നാട്ടിൽ നിന്ന് കയറ്റി അയക്കുന്ന സാധനങ്ങൾ തന്നെ നികുതികൊടുക്കാതെ വാങ്ങാനുള്ള സൗകര്യം മുതലാക്കാനാണ് അവർ എത്തിയിരുന്നത്. ക്രിസ്റ്റഫർ കൊളംബസ് തന്റെ ആദ്യ സന്ദർശനത്തിൽതന്നെ ക്യൂബയിൽ കണ്ടെത്തിയ പപ്പായ ബഹാമാസിലെ ഉല്പാദകരുടെ ലേബലൊട്ടിച്ച കവറുകളിൽ വിറ്റിരുന്നു. വിളറിയ മഞ്ഞക്കരുവും ഗുണമില്ലാത്ത മണവും കാരണം വീട്ടമ്മമാർക്ക് അത്ര പ്രിയങ്കരമല്ലാതിരുന്ന കൃത്രിമമുട്ടകൾ വടക്കൻ കരോലിനയിലെ കർഷകരുടെ മുദ്രയുമായി കമ്പോളത്തിലെത്തിയിരുന്നു. സൂത്രശാലികളായ ചില കച്ചവടക്കാരാകട്ടെ, ഇവ ചില ലായനികളിൽ മുക്കിയെടുത്ത് കോഴിക്കാഷ്ഠവും മറ്റും തേച്ച് ക്യൂബയിൽ നിന്നുതന്നെയുള്ളതെന്ന മട്ടിൽ കൂടുതൽ വിലയ്ക്കും വിറ്റുവന്നു.

ക്യൂബയിലെ ഒരൊറ്റ ഉപഭോഗമേഖലയും അമേരിക്കയിൽ നിന്ന് സ്വതന്ത്രമല്ലായിരുന്നു. വളരെ എളുപ്പത്തിൽ നിർമ്മിക്കാവുന്ന ചില വസ്തുക്കൾ ഉല്പാദിപ്പിച്ചിരുന്ന ഏതാനും ഫാക്ടറികളാകട്ടെ, കൂലി കുറച്ചുകൊടുത്താൽ മതിയെന്ന അവസരം മുതലാക്കാനാണ് ക്യൂബയിൽ തുടങ്ങിയത്. ഈ ഫാക്ടറികളിലെ യന്ത്രങ്ങളാകട്ടെ, ആ രാജ്യത്ത് പഴഞ്ചനായി കഴിഞ്ഞവയും ആയിരുന്നു. ഏറ്റവും മികച്ച സാങ്കേതിക വിദഗ്ധരും അമേരിക്കക്കാർ തന്നെയായിരുന്നു. വൈദഗ്ദ്ധ്യം നേടിയ ചുരുക്കം ക്യൂബക്കാരിൽ ഭൂരിപക്ഷവും തങ്ങളുടെ അമേരിക്കൻ മുതലാളിമാർവെച്ചു നീട്ടിയ മായിക മോഹനവാഗ്ദാനങ്ങൾക്ക് പിന്നാലെ അമേരിക്കക്ക് കുടിയേറുകയും ചെയ്തു. യന്ത്രങ്ങൾക്കുള്ള സ്പെയർപാർട്ടുകൾ പോലും ക്യൂബയിൽ ലഭിക്കുമായിരുന്നില്ല. കാരണം ഏറ്റവും ദുർലഭമായ സ്പെയർപാർട് പോലും വെറും 90 മൈൽ അകലെയുള്ള അമേരിക്കയിലേക്ക് ഒന്ന് ഫോൺചെയ്താൽ അടുത്ത വിമാനത്തിൽ നികുതിപോലും നൽകാതെ, കസ്റ്റംസിൽ ഒരു തടസവുമില്ലാതെ, എത്തുമെന്നുള്ളപ്പോൾ എന്തിനാണ് ക്യൂബയിൽ അതിന് പ്രത്യേകകടകൾ എന്ന ധാരണയായിരുന്നു ക്യൂബയിലെ മായിക വ്യവസായ മേഖലയ്ക്കുണ്ടായിരുന്നത്.

ഇത്രമാത്രം മറ്റുരാജ്യത്തെ ആശ്രയിച്ച് ജീവിച്ച അവസ്ഥയായിട്ടുപോലും ഉപരോധം ഒരു മൃഗീയ യാഥാർഥ്യമായിക്കഴിഞ്ഞതിന് ശേഷവും നഗരവാസികൾ യാതൊരു നിയന്ത്രണവുമില്ലാതെ ധൂർത്ത് തുടരുകയാണുണ്ടായത്. വിപ്ലവത്തിനുവേണ്ടി മരിക്കാൻ പോലും തയ്യാറായിരുന്നവർ--അവരിൽ ചിലർ അങ്ങനെ ചെയ്യുകയും ചെയ്തു—ബാലിശമായ ഒരുതരം ഉത്സാഹത്തോടെ ധാരാളിത്തം തുടർന്നു. മാത്രവുമല്ല, വിപ്ലവാനന്തരമുണ്ടായ ആദ്യനടപടികൾ ഏറ്റവും ദരിദ്രരായ വിഭാഗങ്ങളുടെ ക്രയശക്തി വർദ്ധിപ്പിക്കുകയും ചെയ്തു. ഇവരാകട്ടെ, കൂടുതൽ സാധനങ്ങൾ വാങ്ങിക്കൂട്ടുകയെന്നതിൽക്കവിഞ്ഞ് മറ്റൊരാഹ്ലാദത്തെപ്പറ്റിയും രൂപമില്ലാത്തവരും ആയിരുന്നു. ജീവിതകാലം മുഴുവൻ വെറുതെ ആഗ്രഹിച്ച ഒരു

പാട് സ്വപ്നങ്ങൾ പെട്ടെന്ന് സാക്ഷാൽക്കരിക്കപ്പെടുകയായിരുന്നു.കമ്പോളത്തിലെ ചരക്കുകളെല്ലാം വിറ്റുതീർന്നു. പക്ഷെ തീരുന്നതിനു പകരം ചരക്കുകളൊന്നും എത്തിച്ചേർന്നില്ല. പലതരം സാധനങ്ങൾകൊണ്ടു നിറഞ്ഞുവിലസിയിരുന്ന കടകൾ ഒറ്റമാസംകൊണ്ട് ഒഴിഞ്ഞ എല്ലിൻകൂടുകളായി മാറുകയായിരുന്നു.

ആദ്യത്തെ ഏതാനും വർഷക്കാലം ക്യൂബ ദാരിദ്ര്യത്തിന്റെയും വ്യവസ്ഥയില്ലായ്മയുടെയും രാജ്യമായി. ജനതയുടെ ബോധത്തിൽ, വളരെ നാൾകൊണ്ട് മാത്രം രൂപപ്പെടുന്ന പുതിയ മൂല്യബോധത്തിന്റെ അഭാവത്തിൽ, പൊതു അടിയന്തരാവസ്ഥക്കാലം കരീബിയൻ സ്വഭാവത്തിലെ ആക്രമണോത്സുകമായ പുരുഷത്വം പ്രകടമാകുന്നതിന് വഴിയൊരുക്കി.

പുതുമയുടെയും സ്വയംഭരണത്തിന്റെയും ആ അപ്രതിഹതമായ പ്രവാഹത്തിൽ ആവേശഭരിതമായിരുന്നു ദേശീയ മനോഭാവം. അതേസമയം വിപ്ലവത്തോടെ പലതും നഷ്ടമായ, മുറിവ് നക്കിക്കഴിഞ്ഞിരുന്ന പിന്തിരിപ്പൻ ശക്തികൾ ആഞ്ഞടിക്കാൻ തക്കംപാർത്തുനടക്കുന്ന കാലം. അപ്പോൾ ഏറെപ്പേർക്കും ഉണ്ടായിരുന്ന തെറ്റിദ്ധാരണ പാൽക്ഷാമത്തിനുപോലും പ്രതിവിധി വെടിയുണ്ടയാണെന്നായിരുന്നു. ക്യൂബ ഒരു കെങ്കേമൻ വിരുന്ന് നൽകുകയാണെന്ന വിദേശസഞ്ചാരികൾക്കുണ്ടായ ധാരണയുടെ അടിസ്ഥാനം യഥാർഥ്യത്തിലും ക്യൂബക്കാരുടെ ഊർജസ്വലതയിലും ഉറച്ചത് തന്നെയായിരുന്നു. പക്ഷെ ദുരന്തത്തിന്റെ വക്കിൽ നിന്നുകൊണ്ടുള്ള നിഷ്കളങ്കമായ ഒരു മദ്യപാനക്കൂത്ത് ആയിരുന്നു അത്. *പ്രെൻസ ലാറ്റിന*യുടെ ലേഖകനായി 1961 ലാണ് ഞാൻ ക്യൂബയിൽ രണ്ടാംപ്രാവശ്യം എത്തുന്നത്. എത്തിയ ഉടനെ എന്റെ ശ്രദ്ധയിൽ ആദ്യംപെട്ടത് രാജ്യം പ്രത്യക്ഷമായി അധികമൊന്നും മാറിയിട്ടില്ലെങ്കിലും സമൂഹിക സംഘർഷം ഒരു പൊട്ടിത്തെറിയുടെ വക്കിലെത്തിനിൽക്കുകയാണെന്നതായിരുന്നു. മാർച്ച് മാസത്തിലെ മനോഹരമായ ഒരു മധ്യാഹ്നത്തിലാണ് സാന്തിയാഗോയിൽ നിന്ന് ഹവാനയിലേക്ക് ഞാൻ പറന്നത്. നദികളില്ലാത്ത ആ രാജ്യത്തിലെ അത്ഭുതകരമായ കൃഷിയിടങ്ങൾ, പൊടിയണിഞ്ഞ പട്ടണങ്ങൾ,ഒഴിഞ്ഞിരിക്കുന്ന അഴിമുഖങ്ങൾ ഒക്കെ ഞാൻ വിമാനത്തിലിരുന്ന് കണ്ടു.എല്ലായിടത്തും യുദ്ധത്തിന്റെ മട്ടിലുള്ള സൂചനകൾ. ബോംബാക്രമണത്തിൽ നിന്ന് ഒഴിവാക്കപ്പെടുന്നതിന് ആശുപത്രികളുടെ മേൽക്കൂരകളിൽ വെളുത്ത വട്ടങ്ങളിൽ വലിയ ചുവപ്പു കുരിശുകൾ വരച്ചുവെച്ചിരുന്നു. സ്കൂളുകൾ, പള്ളികൾ, വൃദ്ധജനകേന്ദ്രങ്ങൾ എന്നിവയുടെ മുകളിലും ഇതുപോലെ വരച്ചുവെച്ചിട്ടുണ്ടായിരുന്നു. സാന്തിയാഗോയിലും കമാഗ്വോയിലുമുള്ള വിമാനത്താവളങ്ങളിൽ, ട്രക്കുകളിൽ ടാർപോളിൻകൊണ്ട് മൂടിയ രണ്ടാംലോക മഹായുദ്ധകാലത്തെ വിമാനവേധത്തോക്കുകൾ, മുമ്പ് ഉല്ലാസനൗകകളായിരുന്ന സ്പീഡ്ബോട്ടുകളിൽ സൈനികർ തീരദേശങ്ങളിൽ കാവൽ നിന്നു. അടുത്ത ദിവസങ്ങളിൽ നടന്ന അട്ടിമറി പ്രവർത്തനങ്ങൾ മൂലമുണ്ടായ കെടുതിയുടെ ലക്ഷണങ്ങൾ ആണ് എല്ലായിടത്തും. മിയാമിയിൽ നിന്നെ

ത്തിയ വിമാനങ്ങൾ നടത്തിയ ബോംബാക്രമണത്തിൽ കരിഞ്ഞ കരിമ്പുപാടങ്ങൾ, ആഭ്യന്തരമായ ചെറുത്തുനില്പിൽ തകർന്ന ഫാക്ടറികൾ, ചെന്നെത്താൻ ബുദ്ധിമുട്ടുള്ള പ്രദേശങ്ങളിൽ താല്ക്കാലികമായി ഒരുക്കിയ സൈനിക ക്യാമ്പുകളിൽ വിപ്ലവവിരുദ്ധരുടെ ആദ്യസംഘങ്ങൾ അത്യന്താധുനിക ആയുധങ്ങളും മറ്റ് ഒന്നാംതരം സന്നാഹങ്ങളുമായി പ്രവർത്തനനിരതരായിരുന്നു. ഹവാന വിമാനത്താവളത്തിൽ യുദ്ധാന്തരീക്ഷം മറച്ചുപിടിക്കാൻ വേണ്ടിയുള്ള ശ്രമത്തിന്റെ ഭാഗമായി ഒരു പടുകൂറ്റൻ ബോർഡ് വെച്ചിരുന്നു. 'ക്യൂബ, അമേരിക്കയുടെ സ്വതന്ത്ര പ്രദേശം' എന്നാണ് അതിൽ എഴുതിയിരുന്നത്. വിമാനത്താവളത്തിൽ മുൻകാലത്ത് കണ്ടിരുന്ന താടിനീട്ടിയ സൈനികർക്ക് പകരം പച്ച യൂണിഫോം അണിഞ്ഞ വളരെ ചെറുപ്പക്കാരായ സൈനിക പോലീസ് അംഗങ്ങൾ. അവരിൽ വനിതകളും ഉണ്ടായിരുന്നു. പക്ഷെ, സ്ഥാനഭ്രഷ്ടമായ സ്വേഛാധിപത്യഭരണത്തിന്റെ പഴയ ആയുധപ്പുരകളിലെ ആയുധങ്ങൾതന്നെയാണവർ ഏന്തിയിരുന്നത്. അമേരിക്കയുടെ ശക്തമായ എതിർപ്പിനെ നേരിട്ടുകൊണ്ട് തന്നെ വിപ്ലവകാരികൾക്ക് ആദ്യമായി വാങ്ങാൻ കഴിഞ്ഞ ആധുനിക ആയുധങ്ങൾ ഒരു വർഷം മുമ്പ് മാർച്ച് നാലിന് ബെൽജിയത്തിൽ നിന്ന് ഫ്രഞ്ച് കപ്പലായ 'ലാ ക്യൂബ്റെ'യിൽ എത്തിയിരുന്നു. പക്ഷെ, ഹവാന തുറമുഖത്ത് വെച്ച് 700 ടൺ ആയുധങ്ങളും വെടിക്കോപ്പുകളുമടക്കം കപ്പൽ തകർക്കപ്പെട്ടു. ഈ സ്ഫോടനത്തിൽ 75 പേർ മരിക്കുകയും 200 പേർക്ക് പരിക്കേൽക്കുകയും ചെയ്തു. ഇതിന് ഉത്തരവാദിത്തമേറ്റെടുക്കാൻ ആരും ഉണ്ടായില്ല. കുറ്റവാളികൾ സി ഐ എ ആണെന്ന് ക്യൂബൻ ഗവൺമെന്റ് പ്രഖ്യാപിച്ചു. ഈ ദുരന്തത്തിൽ മരിച്ചവരുടെ ശവസംസ്കാര സമ്മേളനത്തിൽ ആണ് പുതിയ ക്യൂബയുടെ സൂത്രവാക്യമായിത്തീർന്ന ആ മുദ്രാവാക്യം ഫിദെൽ കാസ്ട്രോ മുഴക്കിയത്. 'പിതൃഭൂമി അല്ലെങ്കിൽ മരണം.' ഈ മുദ്രാവാക്യം ആദ്യമായി സാന്തിയാഗോ ദ് ക്യൂബയിലെ തെരുവുകളിൽ എഴുതിവെച്ചിരിക്കുന്നത് കണ്ടു. പിന്നെ കമാഗ്വേ വിമാനത്താവളത്തിലേക്കുള്ള പൊടിയണിഞ്ഞ പാതയുടെ വശങ്ങളിൽ അമേരിക്കൻ വിമാനകമ്പനികളുടെയും ടൂത്ത്പേസ്റ്റുകളുടെയും പരസ്യങ്ങൾ വഹിച്ചിരുന്ന കൂറ്റൻ പലകകളിലും ഈ മുദ്രാവാക്യം വലുതായി എഴുതിവെച്ചിട്ടുള്ളത് കണ്ടു. വിമാനത്താവളത്തിൽ ടൂറിസ്റ്റുകൾക്കുള്ള കടകളിലെ ചില്ലലമാരകളിൽ, വിശ്രമമുറികളിൽ, കൗണ്ടറുകളിൽ ഒക്കെ ഈ മുദ്രാവാക്യം കണ്ടു. ഹെയർ ഡ്രസ്സർമാരുടെ കടകളിലെ കണ്ണാടികളിൽ ലെഡ് കാർബണേറ്റുകൊണ്ടും ടാക്സിക്കാറുകളുടെ കണ്ണാടിച്ചില്ലുകളിൽ ലിപ്സ്റ്റിക്കുകൊണ്ടും ഈ മുദ്രാവാക്യം വരഞ്ഞിട്ടിരിക്കുന്നതും ഞാൻ കണ്ടു. ക്യൂബയാകെ ഈ മുദ്രാവാക്യം മുഴക്കുകയായിരുന്നു. പഞ്ചസാരമില്ലുകളുടെ ബോയ്ലറുകളിൽ, ഔദ്യോഗികരേഖകളുടെ ചുവട്ടിൽ, ദിനപ്പത്രങ്ങളിലൊക്കെ ദൃശ്യമായ ഈ മുദ്രാവാക്യംതന്നെ നിർഭയമായി ദിവ

സങ്ങളോളം മാസങ്ങളോളം ടെലിവിഷനും റേഡിയോയും ആവർത്തിച്ചു. ക്യൂബൻ ജീവിതത്തിന്റെ സത്തതന്നെ ഈ മുദ്രാവാക്യമാവുന്നിടത്തോളം ഇത് തുടർന്നു.

ഹവാനയിൽ ഉത്സവം അത്യുച്ചാവസ്ഥയിലായിരുന്നു, ബാൽക്കണികളിൽ നിന്ന് സുന്ദരികളായ സ്ത്രീകൾ പാട്ടുപാടി. എങ്ങും സംഗീതവും ഉല്ലാസവും നിറഞ്ഞുനിന്നെങ്കിലും ആ തിമർപ്പിന്റെയൊക്കെ അടിയിൽ മാനസിക സംഘർഷത്തിന്റെ തുടിപ്പുകൾ വളർന്നുനിന്നു. എന്നേക്കുമായി അവസാനിക്കാൻ പോകുന്നതെങ്കിലും ഇതുവരെ തുടർന്നുവന്ന ഒരു ജീവിതക്രമം, എത്രയും അപക്വമെങ്കിലും പ്രചോദിതവും ഭസ്മീകരണശക്തിയുള്ളതുമായ മറ്റൊരു പുതിയ ജീവിതക്രമവുമായി ഏറ്റുമുട്ടി അതിജീവിക്കാൻ നടത്തുന്ന ശ്രമങ്ങൾ ജന്മം നൽകിയതാണീ സംഘർഷത്തിന്റെ തുടിപ്പുകൾ. നഗരം എപ്പോഴും വിനോദത്തിന്റെ പറുദീസതന്നെയായിരുന്നു. മരുന്നുകടകളിൽപോലും ചൂതുകളിയന്ത്രങ്ങൾ. കോളനിരാജ്യത്തെ ഇടുങ്ങിയ തെരുവുകളിൽക്കൂടെ കഷ്ടപ്പെട്ട് ഒഴുകുന്ന കൂറ്റൻ അലുമിനിയം കാറുകൾ. പക്ഷെ ജനങ്ങളുടെ രൂപത്തിലും ഭാവത്തിലും വിപ്ലവകരമായ മാറ്റങ്ങൾ വന്നുതുടങ്ങിക്കഴിഞ്ഞിരുന്നു. സമൂഹത്തെ പൊതിഞ്ഞ മേൽമണ്ണ് പൊട്ടിനീങ്ങി ഉള്ളിലെ മണ്ണ് ദൃശ്യമായിത്തുടങ്ങിയിരുന്നു. മാനുഷികമായ ലാവാപ്രവാഹം പൊട്ടിയൊഴുകി വിമോചിത നഗരമാകെ അനിയന്ത്രിതമായി പരക്കുകയായിരുന്നു. നഗരത്തിന്റെ എല്ലാ മുക്കിലും മൂലയിലും ഇത് വ്യാപിക്കുകയായിരുന്നു. പൊതുസ്ഥലങ്ങളിൽ പ്രമാണിമാർ ഇരുന്നരുളിയ സ്ഥാനങ്ങൾ പാവപ്പെട്ടവർ കയ്യടക്കിയെന്നതായിരുന്നു ഏറ്റവും ശ്രദ്ധേയമായ കാര്യം. നക്ഷത്രഹോട്ടലുകളുടെ ലോബികളിൽ അവർ പാഞ്ഞു കയറി. വെദാദോയിലെ ഭക്ഷണശാലകളുടെ ടെറസ്സിൽ ഇരുന്നവർ കത്തിയും മുള്ളുമൊന്നുമില്ലാതെ കൈകൾകൊണ്ട് വാരിവലിച്ച് ഭക്ഷണസാധനങ്ങൾ അകത്താക്കി. സിബോനിയിൽ സമ്പന്നർക്ക് മാത്രം പ്രവേശനം അനുവദിച്ചിരുന്ന ബഹുവർണാഭവും പ്രകാശപൂർണവുമായ നീന്തൽക്കുളങ്ങളുടെ പാർശ്വങ്ങളിൽ മലർന്നുകിടന്ന് അവർ വെയിൽകാഞ്ഞു. 'ഹവാന ലിബ്രെ' എന്ന് പുതുതായി നാമകരണംചെയ്യപ്പെട്ട ഹവാന ഹിൽടൺ എന്ന ബഹുനക്ഷത്ര ഹോട്ടലിൽ മുമ്പുണ്ടായിരുന്ന പരിചാരകർക്ക് പകരം സൈനികരെയാണ് കണ്ടത്. പാവപ്പെട്ട കർഷകരെ ഹോട്ടലിൽ കൊണ്ടുവന്ന് ഭയംകൂടാതെ ഉള്ളിലേക്ക് കടക്കാൻ ഈ സൈനികർ നിർബന്ധിക്കുകയായിരുന്നു. അമ്പരന്ന കർഷകർക്ക് ഉള്ളിലേക്കും പുറത്തേക്കുമുള്ള വാതിലുകൾ കാട്ടിക്കൊടുത്ത് ഉള്ളിലെ എയർകണ്ടിഷൻഡ് ഹാളിൽ വിയർത്തൊലിച്ച് കയറിച്ചെന്നതുകൊണ്ട് ക്ഷയരോഗമൊന്നും വരില്ലെന്ന് പറഞ്ഞ് അവരെ ഹോട്ടലിനുള്ളിൽ കേറാൻ പ്രേരിപ്പിച്ചു. ചിത്രശലഭത്തിന്റെ ചിത്രം പതിച്ച ഷർട്ടും, ആൻഡലൂഷ്യൻ നർത്തകരുടെ മട്ടിലുള്ള ഉയർന്ന ഹീലുള്ള വിലയേറിയ തുകൽ ഷൂസും ധരിച്ച ലുയാനോക്കാരനായ കറുത്തുമെലിഞ്ഞ ഒരു യുവാവ് റിവിയേറ ഹോട്ടലിന്റെ കറങ്ങുന്ന വാതിലിന്റെ തെറ്റായ ഭാഗത്തുകൂടി

കടന്നുകയറാൻ ശ്രമിച്ചപ്പോൾ അതിലൂടെ പുറത്തേക്കിറങ്ങുകയായിരുന്ന, ഉടുത്തൊരുങ്ങി സുന്ദരിയായ ഒരു യൂറോപ്യൻ നയതന്ത്ര ഉദ്യോഗസ്ഥ പത്നിയുമായി കൂട്ടിയിടിച്ചു. അവരുടെ പിന്നാലെ വരികയായിരുന്ന ഭർത്താവ് ആകെ പരിഭ്രമിച്ച് വാതിൽ ഒരു ഭാഗത്തേക്ക് ബലംപ്രയോഗിച്ച് തുറന്നുപിടിക്കാൻ ശ്രമമായി. പരിഭ്രാന്തനായ ഒരു സൈനികൻ അതേസമയം പുറത്തുനിന്ന് വാതിൽ മറുഭാഗത്തേക്ക് തള്ളിപ്പിടിക്കാൻ തുടങ്ങി. വാതിൽ തിരിഞ്ഞുവരുന്നതുവരെ അതിനകത്ത് ഒരാൾക്ക് മാത്രം നില്ക്കാനുള്ള ഇടത്തിൽ കറുമ്പനും വെളുമ്പിയും അരനിമിഷനേരത്തേക്ക് ഞെങ്ങിഞെരുങ്ങിനിന്നുപോയി. വാതിൽ തിരിഞ്ഞുവന്നയുടനെ ആകെ വിളർത്തുപോയ സ്ത്രീ തന്റെ ഭർത്താവിനെപ്പോലും കാക്കാതെ ചാടിയിറങ്ങി കാത്തുനിന്ന കൂറ്റൻ കാറിന്റെ തുറന്ന വാതിലിനുള്ളിൽകൂടി അകത്തുകയറി ഉടൻ സ്ഥലംവിടുകയും ചെയ്തു. എന്താണ് സംഭവിച്ചതെന്നുപോലും അറിയാതെ അന്തംവിട്ടുനില്ക്കുകയായിരുന്ന കറുമ്പൻ ഒരു നിമിഷം കഴിഞ്ഞ് പറഞ്ഞു "ഇശോായേ, അവർക്ക് പൂക്കളുടെ മണമായിരുന്നു!" ഇത്തരം സംഭവങ്ങൾ പലയിടത്തുമുണ്ടായി. ഒറ്റവർഷംകൊണ്ടുതന്നെ നഗരത്തിലെയും ഗ്രാമത്തിലെയും ജനങ്ങളുടെ ക്രയശേഷി വർദ്ധിച്ചതാണ് ഇതിനൊക്കെ കാരണമായത്. വിദ്യുച്ഛക്തി, ടെലിഫോൺ എന്നിവയടക്കമുള്ള പൊതുജനസേവനാവശ്യങ്ങൾക്കുള്ള നിരക്കുകൾ മനുഷ്യത്വപരമായ നിലയിലേക്ക് കുറച്ചിരുന്നു. ഹോട്ടലുകളിലേയും ഭക്ഷണശാലകളിലേയും നിരക്കുകൾ വെട്ടിക്കുറയ്ക്കപ്പെട്ടു. ഗതാഗതച്ചെലവ് കുറയ്ക്കുകയും പലപ്പോഴും സൗജന്യമായിത്തന്നെ നഗരത്തിൽനിന്ന് ഗ്രാമത്തിലേക്കും തിരിച്ചും വിനോദയാത്രകൾ സംഘടിപ്പിക്കുകയും ചെയ്തു. മറുവശത്ത് തൊഴിലില്ലായ്മ കുറയുകയും വേതനനിരക്കുകൾ ഉയരുകയും ചെയ്തു. നഗരപരിഷ്കാരങ്ങൾ കാരണം വാടകയെന്ന പീഡനം കുറഞ്ഞു. സ്കൂൾചെലവുകൾ പൂർണമായും ഇല്ലാതായി. സ്കൂൾ സാമഗ്രികൾ സൗജന്യമായി. സമ്പന്നർക്ക് മാത്രം പ്രവേശനം നൽകിയിരുന്ന കേന്ദ്രങ്ങൾ എല്ലാവർക്കുമായി തുറന്നുകൊടുക്കപ്പെട്ടു. സമ്പന്നർക്ക് പ്രവേശനം നിഷേധിക്കപ്പെട്ടില്ല. എല്ലാ കരീബിയൻകാരെപ്പോലെതന്നെ ക്യൂബക്കാരും പണം ചെലവഴിക്കാൻ മാത്രമേകൊള്ളൂ എന്ന് വിശ്വസിക്കുന്നവരാണ്. പക്ഷെ, ഇക്കാര്യം ആദ്യമായി പ്രയോഗത്തിൽ സാക്ഷാൽക്കരിക്കാൻ അവർക്ക് കഴിഞ്ഞത് ഇപ്പോൾ മാത്രമാണ്.

പക്ഷെ, ക്ഷാമം ജീവിതത്തിലേക്ക് മെല്ലെമെല്ലെ നുഴഞ്ഞു കയറിക്കൊണ്ടിരിക്കുകയായിരുന്നെന്ന് അപ്പോൾ അധികംപേരും ഓർത്തില്ല.

പ്ലയ ഗിറോണിലെ ലാന്റിങ്ങിന് ശേഷവും ചൂതുകളി കാസിനോകൾ തുറന്നിരുന്നു. വിനോദയാത്രകൾ വിരസമായിരുന്നെങ്കിലും ചൂതുകളിയിൽ പണമുണ്ടാക്കിയ ആരെയെങ്കിലും വലയിൽ വീഴ്ത്തി ഒരു രാത്രിക്കുള്ളത് ഒപ്പിക്കാമെന്ന് കരുതി അങ്ങിങ്ങ് ചില വേശ്യകൾ കറങ്ങിനടന്നിരുന്നു. സാഹചര്യങ്ങൾ മാറിയതോടെ അവരുടെയും ഡിമാന്റ് കുറയുകയും വില

യിടിയുകയും ചെയ്തു. എങ്കിലും ഹവാനയിലെയും ഗ്വാണ്ടനാമോയിലെയും രാത്രികൾ ഏറെച്ചെല്ലുംവരെ സജീവമായിരുന്നു. സംഗീതവും നൃത്തവും മറ്റും പുലരുംവരെ തുടർന്നു. പഴയ ജീവിതത്തിന്റെ ഇത്തരം അവശിഷ്ടങ്ങളാണ് സ്ഥിതി തികച്ചും സാധാരണമാണെന്നും സമൃദ്ധി തുടരുകയാണെന്നും മറ്റുമുള്ള ചില മിഥ്യാലോകത്തെ താങ്ങിനിർത്തിയത്. ഇതുകൊണ്ട് രാത്രികാലങ്ങളിലെ സ്ഫോടനങ്ങളോ, ആക്രമണത്തെക്കുറിച്ചുള്ള കിംവദന്തികളോ, യുദ്ധത്തിന്റെ സാമീപ്യമോ, ഒന്നും അധികമാരും കാര്യമാക്കിയില്ല. ചില ദിവസങ്ങളിൽ ഭക്ഷണശാലകളിൽ അർധരാത്രിക്ക് ശേഷം ആട്ടിറച്ചി ലഭ്യമല്ലാതാവുമായിരുന്നു. പക്ഷെ, കോഴിയിറച്ചി പകരമുണ്ടാകുമായിരുന്നതിനാൽ ഞങ്ങൾ അതത്ര കാര്യമാക്കിയില്ല. ചില ദിവസങ്ങളിൽ പഴം കിട്ടാനില്ലാതായി. പക്ഷെ, പകരം മധുരക്കിഴങ്ങ് ലഭ്യമായിരുന്നതിനാൽ അതും ഞങ്ങൾ അത്ര കാര്യമാക്കിയില്ല. അടുത്ത ക്ലബുകളിലെ ഗായകരും രാത്രിയുടെ വരവും കാത്ത് ബിയറും മോന്തിയിരുന്ന, മുഖത്ത് ഒരിക്കലും യാതൊരു ഭാവവ്യത്യാസവുമില്ലാത്ത കൂട്ടിക്കൊടുപ്പുകാരുമൊക്കെ ഞങ്ങളെപ്പോലെതന്നെ ദൈനംദിന ജീവിതത്തിലുണ്ടായിക്കൊണ്ടിരുന്ന ഈ തടയാനാവാത്ത ക്ഷയത്തെപ്പറ്റി ഒട്ടും ബോധവാന്മാരായിരുന്നില്ല.

വറുതിയുടെ ലക്ഷണങ്ങൾ കമ്പോളങ്ങൾ നിറഞ്ഞ ജില്ലയിലാണാദ്യം പ്രകടമായത്. ചെറുതെങ്കിലും വളരെ സജീവമായ ഒരു കരിഞ്ചന്ത സാധനങ്ങൾ നിയന്ത്രിക്കാൻ തുടങ്ങി. പക്ഷെ ഇതാദ്യം ആരും കാര്യമായെടുത്തില്ല. യഥാർഥത്തിൽ സാധനങ്ങൾക്ക് ക്ഷാമമാരംഭിച്ചതിനാലാണീ കരിഞ്ചന്ത സജീവമായതെന്ന് ആരും വിശ്വസിച്ചില്ല. ജനത്തിന്റെ പക്കൽ പണം കൂടുതലുള്ളതുകൊണ്ടാണ് ഇതുണ്ടായതെന്നുപോലും പലരും കരുതി. ആ ദിവസങ്ങളിലൊന്നിലാണ് സിനിമ കഴിഞ്ഞുവന്ന ഒരാൾ ആസ്പിരിൻ ഗുളിക വാങ്ങാൻ മരുന്നുകടയിൽ ചെന്നത്. പക്ഷെ ഗുളിക ലഭ്യമായിരുന്നില്ല. മൂന്ന് കടകളിൽ അന്വേഷിച്ചിട്ടും ഗുളിക കിട്ടിയില്ല. നാലാമത്തെ കടയിൽ നിന്ന് കിട്ടി. മൂന്ന് മാസമായി ആസ്പിരിൻ ക്ഷാമമാണെന്ന് ആ കടക്കാരൻ അറിയിച്ചു. ആസ്പിരിൻ മാത്രമല്ല, പല നിത്യോപയോഗ സാധനങ്ങളും മുമ്പും കിട്ടാനില്ലാതായിരുന്നിട്ടുണ്ട്. പക്ഷെ, ഇവയെല്ലാം ഒരുമിച്ച് അപ്രത്യക്ഷമാകുമെന്ന് ആരും ഒരിക്കലും കരുതിയിരുന്നില്ല. അമേരിക്ക ക്യൂബക്കെതിരെ സമ്പൂർണ ഉപരോധം പ്രഖ്യാപിച്ചതിനു ശേഷം ഒരു വർഷക്കാലംവരെ ജീവിതം വലിയ മാറ്റമില്ലാതെ തുടർന്നു, പ്രത്യേകിച്ചും ജനമനസുകളിലായിരുന്നു ഈ മാറ്റമില്ലായ്മ എന്നതായിരുന്നു സത്യം.

ഉപരോധത്തെക്കുറിച്ച് എനിക്ക് ബോധ്യമുണ്ടായത് തികച്ചും മൃഗീയമെങ്കിലും കുറെയൊക്കെ കാവ്യാത്മകമായ രീതിയിലാണ്. ജീവിതത്തിൽ ഏതാണ്ട് എല്ലാ കാര്യത്തെപ്പറ്റിയും എനിക്ക് ബോധമുണ്ടായതും അങ്ങനെയൊക്കെതന്നെ. *പ്രെൻസ ലാറ്റിന*യിലെ ഒരു രാത്രിയിലെ ജോലിക്കുശേഷം പാതിമയക്കത്തിൽ ഒറ്റക്ക് ഞാൻ ഭക്ഷണമന്വേഷിച്ചി

റങ്ങി. നേരം പുലരുന്നതേയുണ്ടായിരുന്നുള്ളു. ശാന്തമായ കടലിനെ കുങ്കുമനിറത്തിലുള്ള ഒരു കഷണം ചക്രവാളം ആകാശത്തിൽ നിന്ന് അകറ്റി നിർത്തിയിരുന്നു. പുരാതന നഗരത്തിന്റെ ജീർണിച്ചു തുടങ്ങിയ ശിലകൾക്ക് കീഴിലിരുന്ന് ഭക്ഷണം കഴിക്കാൻ ഒരു തുറന്ന ഭക്ഷണശാല അന്വേഷിച്ച് ഉപ്പുരസമുള്ള കടൽക്കാറ്റേറ്റ് ഞാൻ വിജനമായ പാതയുടെ നടുവിലൂടെ നടന്നു. കുറെ കഷ്ടപ്പെട്ട് ഞാൻ ഒരെണ്ണം കണ്ടുപിടിച്ചു. പക്ഷെ, അതിന്റെ ഇരുമ്പു ഷട്ടർ താഴ്ത്തിയിട്ടിരുന്നു. എങ്കിലും, താഴിട്ട് കണാത്തതിനാലും, അകത്ത് വെളിച്ചം കാണാമായിരുന്നതുകൊണ്ടും ഞാൻ ഷട്ടർ പിടിച്ചുയർത്താൻ നോക്കി. ഉള്ളിൽ ഒരാൾ മേശകൾ തുടച്ചു വൃത്തിയാക്കുന്നു. ഷട്ടർ കുറേക്കൂടി ഉയർത്താൻ ശ്രമിച്ചപ്പോൾ ഒരു തോക്കിന്റെ ശബ്ദം ഞാൻ എന്റെ പിന്നിൽ നിന്നും കേട്ടു. ഒപ്പം മധുരമുള്ളതെങ്കിലും നിശ്ചയദാർഢ്യമുള്ള ഒരു പെൺശബ്ദം. "അനങ്ങിപ്പോകരുത്, സഖാവേ" അവൾ പറഞ്ഞു "കൈകൾ ഉയർത്തിപ്പിടിക്കുക...."

പുലരിമഞ്ഞിൽ ഒരു മായാരൂപംപോലെ തോന്നിച്ചു അവൾ. മനോഹരമായ മുഖം. മുടി പിന്നിൽ കെട്ടിവെച്ചിരിക്കുന്നു. അവളുടെ സൈനികപ്പോലീസ് ഷർട്ട് കടൽക്കാറ്റിൽ ഉലഞ്ഞിരുന്നു. വ്യക്തമായും അവൾ ഭയപ്പെട്ടിരുന്നു. എങ്കിലും കാലുകൾ നിലത്തുറപ്പിച്ചുനിർത്തിയിരുന്ന അവൾ ഒരു സൈനികനെപ്പോലെ തോക്ക് ഉയർത്തിപ്പിടിച്ചു.

"എനിക്ക് വിശക്കുന്നു" ഞാൻ പറഞ്ഞു. അങ്ങേയറ്റത്തെ ആത്മാർത്ഥതയോടെയായിരിക്കണം അത് പറഞ്ഞത്. അതുകൊണ്ടായിരിക്കണം ഞാൻ ഷട്ടർ ബലംപ്രയോഗിച്ച് തുറക്കാനായിരുന്നില്ല ശ്രമിച്ചതെന്ന് അവൾക്ക് മനസ്സിലായത്. അവളുടെ ആ വിശ്വാസം സഹതാപമായി മാറി.

"നേരം വളരെ വൈകി" അവൾ പറഞ്ഞു.

"നേരെ മറിച്ചാണ് വളരെ നേരത്തെയായിപ്പോയി എന്നതാണ് പ്രശ്നം. എനിക്കു വേണ്ടത് പ്രഭാത ഭക്ഷണമാണ്." ഞാൻ പറഞ്ഞു.

ഉള്ളിൽ നിന്ന ആളോട് ആംഗ്യത്തിലൂടെ എനിക്ക് ഭക്ഷണം നൽകാൻ അവൾ ആവശ്യപ്പെട്ടു. ഭക്ഷണശാല തുറക്കാൻ ഇനിയും രണ്ടുമണിക്കൂർ ഉണ്ടായിരുന്നിട്ടുപോലും പുഴുങ്ങിയ മുട്ട, അല്പം ഇറച്ചി, കാപ്പി, റൊട്ടി, വെണ്ണ, പഴച്ചാറ് എന്നിവ ഞാൻ അയാളോട് ആവശ്യപ്പെട്ടു. ഉടനെ സംശയകരമായ ഉറപ്പോടെ മറുപടി വന്നു. അവിടെ മുട്ടയോ ഇറച്ചിയോ ഒരാഴ്ചയായി കിട്ടാനില്ല, പാൽ മൂന്ന് ദിവസമായും കിട്ടാനില്ലത്രേ, ഒരു കട്ടൻ കാപ്പിയും, വെണ്ണയില്ലാത്ത റൊട്ടിയും വേണമെങ്കിൽ തലേരാത്രിയിലെ മക്രോണി ചൂടാക്കിയതും തരാമത്രേ. ഞാൻ അത്ഭുതപ്പെട്ടുപോയി. ഭക്ഷ്യസാധനങ്ങൾക്കൊക്കെ എന്താണ് പറ്റിയതെന്ന് ഞാൻ ചോദിച്ചു. എന്റെ അത്ഭുതം വളരെ ആത്മാർത്ഥമായിരുന്നതിനാൽ അയാളും അത്ഭുതപ്പെട്ടുപോയി.

"ഒന്നും പറ്റിയില്ല. ഈ രാജ്യം തുലയാറായെന്ന് മാത്രം." അയാൾ പറഞ്ഞു.

ഞാൻ ആദ്യം കരുതിയതുപോലെ വിപ്ലവത്തിന്റെ ശത്രു ആയിരുന്നില്ല അയാൾ. നേരെമറിച്ച് കുടുംബത്തിലെ പതിനൊന്ന് അംഗങ്ങളും മയാമിയിലേക്ക് ഓടിപ്പോയിട്ടും ക്യൂബയിൽതന്നെ നിൽക്കാൻ തീരുമാനിച്ച ആളാണ് അയാൾ. പക്ഷെ, അർദ്ധരാത്രിയിലിറങ്ങി നടക്കുന്ന ഒരു പത്രപ്രവർത്തകനേക്കാൾ യാഥാർഥ്യ ബോധത്തോടെ ഭാവിയെക്കുറിച്ച് അറിയാൻ കഴിഞ്ഞ വ്യക്തിയായിരുന്നു അദ്ദേഹം. ഭക്ഷണസാധനങ്ങളുടെ ദൗർലഭ്യം മൂലം തന്റെ കട അടച്ചിടേണ്ടി വരുമെന്ന് മൂന്ന് മാസം മുമ്പുതന്നെ അയാൾക്ക് അറിയാമായിരുന്നു. പക്ഷെ ഭാവിയെക്കുറിച്ച് വളരെ വ്യക്തമായ പരിപാടികളുണ്ടായിരുന്നതിനാൽ അയാൾ അതിന് മുതിർന്നില്ല.

അയാളുടെ പ്രവചനം കൃത്യമായി ഫലിച്ചു. ഉപരോധം ഏർപ്പെടുത്തി 322 ദിവസങ്ങൾ കഴിഞ്ഞ് 1962 മാർച്ച് 12 ന് ഭക്ഷണത്തിന് റേഷൻ ഏർപ്പെടുത്തി. പ്രായപൂർത്തിയായ ഓരോ ആൾക്കും ഒരു മാസത്തേക്ക് മൂന്ന് പൗണ്ട് ഇറച്ചി, ഒരു പൗണ്ട് മത്സ്യം, ഒരു പൗണ്ട് കോഴിയിറച്ചി, ആറ് പൗണ്ട് അരി, രണ്ട് പൗണ്ട് പന്നിക്കൊഴുപ്പ്, ഒന്നര പൗണ്ട് ബീൻസ്, നാല് ഔൺസ് വെണ്ണ, അഞ്ച് മുട്ട എന്നതായിരുന്നു റേഷൻ. ഓരോരുത്തർക്കും ആവശ്യമായ കലോറി ഇത്രയും ഭക്ഷണത്തിലുൾപ്പെട്ടിരുന്നു. കുട്ടികൾക്ക് പ്രായമനുസരിച്ച് പ്രത്യേക റേഷനനുവദിച്ചിരുന്നു. പതിനാല് വയസിന് തഴെയുള്ള എല്ലാ കുട്ടികൾക്കും ദിവസവും ഒരു ലിറ്റർ പാൽ പ്രത്യേകം നൽകി. ക്രമേണ മറ്റ് സാധനങ്ങൾക്കും ക്ഷാമം തുടങ്ങി. തുണി, സോപ്പ്, ബൾബ് തുടങ്ങി ദൈനംദിന ആവശ്യങ്ങൾക്കുള്ള നിരവധി സാധനങ്ങൾ കിട്ടാതായിത്തുടങ്ങി. അധികൃതർക്ക് ഇവയുടെ നിയന്ത്രിത വിതരണം എങ്ങനെ നടത്താമെന്നതല്ല, ഇവ എങ്ങനെ ശേഖരിക്കാമെന്നതായി തലവേദന. ശത്രു അടിച്ചേൽപ്പിച്ച ഈ ക്ഷാമം സമൂഹത്തിന്റെ ആത്മശക്തിയെ തന്നെ ശുദ്ധീകരിച്ചെടുത്തതായിരുന്നു ഈ സാഹചര്യങ്ങളിലെ ഏക രജതരേഖ. റേഷനിങ് ഏർപ്പെടുത്തിയ അതേ വർഷംതന്നെ ഒക്ടോബർ പ്രതിസന്ധിയെന്ന് വിളിക്കപ്പെട്ട ആ സംഭവവും നടന്നു. മനുഷ്യചരിത്രത്തിലേറ്റവും ഗുരുതരമായ സംഭവമെന്ന് ബ്രിട്ടീഷ് ചരിത്രകാരൻ ഹഗ് തോമസ് വിശേഷിപ്പിച്ച ഈ പ്രതിസന്ധിയിൽ ക്യൂബൻ ജനതയിൽ ഭൂരിപക്ഷവും ഒരു മാസക്കാലം തികച്ചും ജാഗരൂകരായി നിലകൊണ്ടു. അപകടഭീഷണി ഒഴിയുംവരെ യുദ്ധഭൂമിയിലെ സൈനിക കേന്ദ്രങ്ങളിൽ നിന്ന് തെല്ലിടമാറാതെ ആറ്റംബോംബിനെ നേരിടാൻ തോക്കുകളുമേന്തി അവർ നിന്നു. യുദ്ധത്തിൽ ബഹുജനങ്ങളെയാകെ സംഘടിപ്പിച്ച് നിർത്തിയ ആ നാളുകളിൽ സാമ്പത്തികവ്യവസ്ഥ അപകടത്തിലാവുകയാണ് പതിവ്. പക്ഷെ പ്രതിസന്ധിയുടെ ആ നാളുകളിൽ വ്യാവസായികോൽപ്പാദനം എക്കാലത്തേക്കാളും വർധിച്ചു. ഓഫീസുകളിലും പണിശാലകളിലും തൊഴിലാളികൾ ഹാജരാകാതിരുന്ന അവസ്ഥ അപ്രത്യക്ഷമായി. ഇത്രയും പ്രതിസന്ധി ഇല്ലാത്ത നാളുകളിൽപോലും മാരകമായിരുന്ന പല തടസങ്ങളും ആ നാളുകളിൽ എളു

പ്പത്തിൽ അതിജീവിച്ചു. അക്കാലത്ത് ന്യൂയോർക്കിലെ ഒരു ടെലിഫോൺ ഓപ്പറേറ്റർ ക്യൂബയിലെ തന്റെ ഒരു സുഹൃത്തിനോട് പറഞ്ഞത് എന്ത് സംഭവിക്കുമെന്നോർത്ത് അമേരിക്കയിൽ എല്ലാവരും ഭയചികിതരാണെന്നായിരുന്നു. "എന്നാൽ ഇവിടെ എല്ലാവരും പൂർണസമാധാനത്തോടെ കഴിയുകയാണ്. ഈ ആറ്റംബോംബ് എന്ന സാധനം മുറിവേൽപ്പിക്കുന്നതൊന്നുമല്ലല്ലോ." ക്യൂബക്കാരന്റെ മറുപടി ഇതായിരുന്നു.

അന്ന് ക്യൂബയിൽ ഷൂസ് ഉല്പാദനം വളരെ ഉയർന്ന നിലയിലായിരുന്നു. ഓരോരുത്തർക്കും ഓരോ വർഷവും ഓരോ ജോഡി പുതിയ ഷൂസ് വാങ്ങാനുള്ള ഉല്പാദനം, ഷൂസിന്റെ വിതരണം, സ്കൂളുകളിലൂടെയും പണിശാലകളിലൂടെയും നടന്നു. തുണി വിതരണത്തിൽ നിയന്ത്രണമേർപ്പെടുത്തിയത് ഒരു സാധനവും വിൽക്കാനില്ലാതെ ഏതാണ്ട് എല്ലാ കടകളും അടച്ചിട്ട 1963-ലെ ആഗസ്റ്റ് മാസത്തിലാണ്. ഒമ്പത് തുണിസാധനങ്ങൾക്കായിരുന്നു ആദ്യം റേഷൻ. പുരുഷന്മാർക്കുള്ള പാന്റ്സ്, പുരുഷനും സ്ത്രീകൾക്കുമുള്ള അടിയുടുപ്പുകൾ, ചില പ്രത്യേകതരം തുണികൾ എന്നിവ ഇതിൽപെട്ടു. പക്ഷെ ഒരു വർഷം ആയപ്പോഴേക്കും പതിനഞ്ച് തരം ഇനങ്ങൾക്കായി റേഷൻ വർദ്ധിപ്പിക്കേണ്ടിവന്നു.

വിപ്ലവത്തിനു ശേഷം വന്ന ആദ്യ ക്രിസ്മസ് നടാടെ പന്നിയിറച്ചിയും ഇല്ലാതെ കടന്നുപോയി. കളിപ്പാട്ടങ്ങൾക്ക് പോലും റേഷനായിരുന്നു. പക്ഷെ, റേഷനിങ് മൂലം ക്യൂബയിലാദ്യമായി എല്ലാ കുട്ടികൾക്കും ഒരു കളിപ്പാട്ടം വീതമെങ്കിലും ലഭ്യമായ ആദ്യ ക്രിസ്മസ്സായിരുന്നു അത്. സോവിയറ്റ് യൂണിയൻ, ചീന എന്നീരാജ്യങ്ങളിൽ നിന്നുള്ള ഉദാരമായ സാമ്പത്തിക സഹായവും, മറ്റ് സോഷ്യലിസ്റ്റ് രാഷ്ട്രങ്ങളിൽ നിന്നും ലാറ്റിനമേരിക്കയിൽ നിന്നും എത്തിയ ധാരാളം സാങ്കേതിക വിദഗ്ധരുടെ സഹായവും ഉണ്ടായിട്ടും ക്യൂബൻ ജനതയുടെ ദൈനംദിനജീവിതത്തിന്റെ ഏറ്റവും ദുഷ്പ്രാപ്യമായ ഭാഗങ്ങളെപ്പോലും ബാധിച്ച ഒഴിവാക്കാനാവാത്ത യാഥാർഥ്യമായി ഉപരോധം. അതോടൊപ്പം ക്യൂബൻ ചരിത്രത്തിന്റെ അപ്രതിഹതമായ പ്രവാഹത്തെ അത് ശീഘ്രതരമാക്കുകയും ചെയ്തു. ക്യൂബയും ബാക്കി ലോകവുമായുള്ള വാർത്താവിനിമയം ഏറ്റവും ചുരുങ്ങി. ഒക്ടോബർ പ്രതിസന്ധി തുടങ്ങിയശേഷം മയാമിയിലേക്ക് ദിവസേനയുണ്ടായിരുന്ന അഞ്ച് വിമാനങ്ങളും ന്യൂയോർക്കിലേക്ക് ആഴ്ചതോറും ഉണ്ടായിരുന്ന രണ്ട് വിമാനസർവീസുകളും റദ്ദാക്കി. ഏതാനും ലാറ്റിനമേരിക്കൻ രാജ്യങ്ങളും ക്യൂബയുമായുള്ള നയതന്ത്ര-വ്യാപാര ബന്ധങ്ങൾ വിച്ഛേദിച്ചതിനെ തുടർന്ന് ആ രാജ്യങ്ങളിൽ നിന്നുള്ള സർവീസുകളും പിൻവലിച്ചു. അവശേഷിച്ചത് മെക്സിക്കോയിൽ നിന്ന് ആഴ്ചതോറുമുള്ള ഏകവിമാനമായിരുന്നു. അമേരിക്കൻ ഭൂഖണ്ഡവുമായി ക്യൂബയുടെ പൊക്കിൾക്കൊടി വർഷങ്ങളോളം ഈ വിമാന സർവ്വീസ് ആയി. അതോടൊപ്പം അമേരിക്കയിൽ നിന്ന് അട്ടിമറിപ്രവർത്തനങ്ങൾക്കും ചാരപ്പണിക്കും എത്തുന്നവർക്കുള്ള ഏകമാർഗവും ഈ വിമാനം തന്നെയായി. ക്യൂബൻ എയർലൈൻസിനാകട്ടെ അതിന്റെ

ബ്രിസ്റ്റൾ, ബ്രിട്ടാനിയ എന്നീ വിമാനങ്ങൾ മാത്രമെ പറത്താൻ കഴിഞ്ഞുള്ളൂ. കാരണം ഈ വിമാനങ്ങളുടെ ഉൽപാദകരുമായി മാത്രം പ്രത്യേക കരാർ ഉണ്ടായിരുന്നതിനാൽ ഇവയുടെ അറ്റകുറ്റപണിയും മറ്റും ബ്രിട്ടീഷ് ഉൽപ്പാദകർ തന്നെ നടത്തിക്കൊടുത്തിരുന്നു. ധ്രുവത്തിന് മുകളിലൂടെ പ്രാഗ് വരെ ഇത്തരം വിമാനം ക്യൂബയിൽനിന്ന് സാഹസികപ്പറക്കൽതന്നെ നടത്തി. ക്യൂബൻ തീരത്തുനിന്ന് 1000 കി.മീ മാത്രം അകലെയായ കാരക്കാസിൽ നിന്നുള്ള ഒരു കത്തിന് ഹവാനയിൽ എത്താൻ ഭൂഗോളത്തിന്റെ പാതിദൂരം സഞ്ചരിക്കേണ്ടിവന്നു. ബാക്കിലോകവുമായി ക്യൂബയുടെ ടെലിഫോൺ ബന്ധമാകട്ടെ, മയാമിയിലൂടെയോ ന്യൂയോർക്കിലൂടെയോ അമേരിക്കൻ രഹസ്യപ്പോലീസിന്റെ നിയന്ത്രണത്തിൽ മാത്രമേ സാധിച്ചിരുന്നുള്ളു. ക്യൂബയെയും ന്യൂയോർക്കിനേയും ബന്ധപ്പെടുത്തുന്ന ഫോൺകേബിൾ ആകട്ടെ, കടലിനടിയിലൂടെ പോയിരുന്ന ഒരു അറുപഴഞ്ചൻ സാധനവും. ഇതുതന്നെ, ഒരിക്കൽ ഹവാനയിൽ നിന്ന് തിരിച്ച ഒരു കപ്പലിന്റെ നങ്കൂരം(ഇത് ഉയർത്താൻ കപ്പൽ ജീവനക്കാർ മറന്നുപോയി) കുറെ ദൂരം വലിച്ചുകൊണ്ടുപോയതിനെ തുടർന്ന് കേടുപറ്റിയതുമായിരുന്നു. വൈദ്യുതിക്കുള്ള ഏകമാർഗം സോവിയറ്റ് യൂണിയനിൽ നിന്ന് എത്തുന്ന 50 ലക്ഷം ടൺ അസംസ്കൃത എണ്ണയായിരുന്നു. 14000 കി.മി അകലെയുള്ള ബാൾടിക്ക് തീരത്തുനിന്ന് ഈ എണ്ണ 53 മണിക്കൂർ ഇടവിട്ടാണ് കപ്പൽ മാർഗം എത്തിച്ചിരുന്നത്. തങ്ങളുടെ നിരോധനം ഏതെങ്കിലും മുതലാളിത്ത രാജ്യം ലംഘിക്കുന്നില്ലെന്ന് ഉറപ്പുവരുത്താൻ നിറയെ ചാര ഉപകരണങ്ങൾ ഘടിപ്പിച്ച സി ഐ എ യുടെ ഒരു കപ്പൽ--ഓക്സ്ഫോർഡ്— വർഷങ്ങളോളം ക്യൂബൻ തീരത്ത് കാവൽ നിന്നു. പക്ഷെ, ചുരുക്കം ചില മുതലാളിത്ത രാജ്യങ്ങൾ വിലക്ക് ലംഘിക്കാൻ ധൈര്യം കാട്ടിയിരുന്നു. ലോകരാജ്യങ്ങൾക്ക് നേരെ ബോധപൂർവം ഒരു പ്രകോപനം എന്ന മട്ടിലും ആയിരുന്നു ആ കപ്പൽ നിലകൊണ്ടത്. ഹവാന കടൽതീരത്തുനിന്നോ കൂടുതൽ ഉയരത്തിലുള്ള സാന്തിയാഗോയിൽനിന്നോ നോക്കിയാൽ നിറയെ വെളിച്ചത്തിൽ കുളിച്ചുകിടക്കുന്ന ഈ 'പ്രകോപനത്തിന്റെ കപ്പൽ' നങ്കൂരമിട്ടു കിടക്കുന്നത് കാണാമായിരുന്നു. മൂന്ന് നൂറ്റാണ്ടുമുമ്പ് കരീബിയൻതീരത്തിന്റെ മറുവശത്ത് കാർട്ടാജീന ദെ ഇന്ത്യാസിലെ ജനങ്ങൾ ഇതുപോലെതന്നെയുള്ള മറ്റൊരു നാടകത്തിന് സാക്ഷ്യംവഹിച്ച കാര്യം ക്യൂബക്കാരിലധികംപേർക്കും അറിയില്ലായിരുന്നു. അഡ്മിറൽ വെർനോണിന്റെ നേതൃത്വത്തിൽ ഏറ്റവും മികച്ച 120 കപ്പലുകളുമായി ബ്രിട്ടീഷ് നാവികപ്പട അന്ന് നഗരം വളഞ്ഞുനിന്നു. പ്രത്യേകം തെരഞ്ഞെടുത്ത 30,000 സൈനികരായിരുന്നു ഈ പടയിലണിനിരന്നത്. ഇവരിലേറെപേരും പിന്നീട് അമേരിക്കൻ ഐക്യനാടുകളായ അമേരിക്കൻ കോളനികളിൽ നിന്ന് തെരഞ്ഞെടുക്കപ്പെട്ടവരും ആയിരുന്നു. പിൽക്കാലത്ത് ഈ കോളനികളുടെ വിമോചകനായ ജോർജ് വാഷിംഗ്ടണിന്റെ ഒരു സഹോദരൻ ബ്രിട്ടീഷ് സേനയുടെ ജവാന്മാരിൽ ഒരാളായി എത്തിയിരുന്നു. സൈനിക പ്രതിരോധത്തിനുള്ള സംവിധാന

ങ്ങൾക്കും നഗരത്തിലെ മലിനജല വാഹിനികളിൽ നിറഞ്ഞിരുന്ന ലക്ഷക്കണക്കിന് എലികൾക്കും പേരുകേട്ടിരുന്ന കാർട്ടജീന ദെ ഇന്ത്യാസ് അജയ്യമായ ശൗര്യത്തോടെ ബ്രിട്ടീഷ് സൈ ന്യത്തെ നേരിട്ടു. അതിഭയങ്കരമായ യാതനകൾ അനുഭവിച്ചാണ് നാട്ടുകാർ ഇത് ചെയ്തത്. മരത്തോലും, കസേരകളുടെ തുകൽഷീറ്റുകളുംഒക്കെ തിന്ന് വിശപ്പടക്കിക്കൊണ്ടായിരുന്നു നാട്ടുകാർ ബ്രിട്ടനെതിരെ പോരാടിനിന്നത്. മാസങ്ങളുടെ പരിശ്രമത്തിനുശേഷം ബ്രിട്ടന് മുട്ടുമടക്കേണ്ടിവന്നു. മഞ്ഞപ്പനി, വയറുകടി, അസഹ്യമായ ചൂട് എന്നിവകൊണ്ട് യുദ്ധാവേശമെല്ലാം കെട്ടടങ്ങിയപ്പോയ ബ്രിട്ടീഷ്പട തോൽവി സമ്മതിക്കുകതന്നെ ചെയ്തു. എന്നാൽ നാട്ടുകാരകട്ടെ, ഏറ്റവും ആരോഗ്യവാന്മാരായും ഉല്ലാസവാന്മാരായും കാണപ്പെട്ടു. നാട്ടിൽ ഒരൊറ്റ എലിപോലും ബാക്കിയുണ്ടായിരുന്നില്ലെന്നു മാത്രം. എല്ലാം നാട്ടുകാർ തിന്നുതീർത്തു.

പല ക്യൂബക്കാർക്കും ഈ കഥ അറിയാമായിരുന്നെങ്കിലും വിചിത്രമായ ചരിത്രബോധം കാരണമാകാം, ഇതാവർത്തിക്കാമെന്ന കാര്യം ആരുമോർത്തില്ല. കർക്കശവും ഭയരഹിതവുമായ ആ ഉപരോധത്തിലെ കൂടുതൽ പീഡനകരമായ നാളുകൾ വരാനിരിക്കുന്നതേയുള്ളൂ എന്നും 1964 ലെ അനിശ്ചിതമായ ആ പുതുവർഷക്കാലത്ത് അധികമാരും കരുതിയില്ല. മിക്കവീടുകളിലും എല്ലാ പൊതുസ്ഥലങ്ങളിലും കുടിവെള്ളം വരെ കിട്ടാനില്ലാതാവുമെന്നും അന്നാരും ചിന്തിച്ചിരുന്നില്ല.

കുട്ടികൾക്കുള്ള കഥകളെപ്പറ്റി

ആയിരത്തി തൊള്ളായിരത്തി അമ്പത്താറിലോ മറ്റോ ആണ് പാരീസിലെ ജുല്ലിയാർദ് എന്ന പ്രസാധകശാല ഏഴുവയസുള്ള മിനു ദ്രൗ എന്നൊരു ബാലികയുടെ കവിതാഗ്രന്ഥം വിൽക്കുന്നതിന് പത്രങ്ങളിലൂടെ വമ്പിച്ചൊരു പ്രചാരണ പരിപാടി സംഘടിപ്പിച്ചതു സാഹിത്യലോകത്തെ പ്രതിഭകളുടെ കൂട്ടത്തിൽ ഈ കുട്ടിയെ എന്നേക്കുമായി കുടിയിരുത്തുകയായിരുന്നു ലക്ഷ്യം. ഈ പ്രചാരണകോലാഹലത്തിന്റെ ഭാഗമായി ഈ കുട്ടിയുടെ കവിതകളെക്കുറിച്ച് പ്രമുഖരുടെ അഭിപ്രായങ്ങൾ ശേഖരിച്ചുകൊണ്ടുള്ള ഒരു സർവേയും നടന്നു. ഭൂരിപക്ഷംപേരും പ്രസാധകരുടെ താല്പര്യത്തിനനുസൃതമായി പതിവ് പ്രശംസാവാചകങ്ങൾതന്നെ തട്ടിവിട്ടു. പക്ഷെ, ഴാങ് കോക്തു മാരകമായ ഒറ്റവാചകംകൊണ്ട് സംഗതി അവസാനിപ്പിച്ചു. "എല്ലാ കുട്ടികളും കവികളാണ്– മിനു ദ്രൗ ഒഴികെ."

കുട്ടികളുടെ ഒരു സാഹിത്യമത്സരത്തിൽ ജഡ്ജിയായിരിക്കുമ്പോൾ ഞാൻ ഈ സംഭവം ഓർത്തു. കൊളംബിയയിലെ കുട്ടികളെഴുതിയ ആയിരത്തോളം രചനകളിൽ നിന്ന് തെരഞ്ഞെടുത്ത ഇരുന്നൂറ് കഥകൾ ഞാൻ വായിച്ചുനോക്കി. മത്സരത്തിൽ പങ്കെടുത്ത എല്ലാ കുട്ടികൾക്കും കാവ്യാത്മകമായ പ്രചോദനമൊന്നും ഉണ്ടായിരുന്നില്ലെന്നത് ശരിതന്നെ. പക്ഷെ ഈ പ്രചോദനമില്ലാത്ത ചുരുക്കം കുട്ടികൾക്ക് അതുണ്ടാകാത്തതിനുള്ള കാരണം അവർ അല്ല, മുതിർന്നവരാണ്. അതായത് നാം എല്ലാവരും തന്നെയാണ് കുറ്റക്കാർ; മാതാപിതാക്കൾ, അദ്ധ്യാപകർ, എഴുത്തുകാർ. നാം നമുക്ക് പറ്റിയതെന്ന് കരുതുകയും നാംതന്നെ സൃഷ്ടിക്കുകയും ചെയ്ത ഒരു സാഹിത്യസങ്കല്പം കുട്ടികളുടെ തലയിൽവെച്ചു. വാസ്തവത്തിൽ കുട്ടികളുടെ മാന്ത്രിക ലോകവുമായി അതിന് യാതൊരു ബന്ധവുമുണ്ടായിരുന്നില്ല. കുറച്ചുവർഷം മുമ്പ് കുട്ടികൾക്കുവേണ്ടി ഒരു

കഥയെഴുതാൻ ഞാൻ ശ്രമിച്ച കാലത്താണ് ഇക്കാര്യം എനിക്ക് ബോധ്യപ്പെട്ടത്. കുട്ടികൾക്കുള്ള കഥയെഴുതാൻ ഞാൻ നടത്തിയ ആദ്യത്തെയും അവസാനത്തെയും ശ്രമമായിരുന്നു അത്. കുറച്ചു കാലമായി കഥയ്ക്ക് പറ്റിയതെന്ന് തോന്നിയ ഒരാശയം എന്റെ മനസിലുണ്ടായിരുന്നു. മഴപെയ്തതിനെത്തുടർന്ന്, ആകാശത്തുനിന്ന് ഒരു പാവം മാലാഖ താഴെവീഴുന്നതും, വീഴ്ചയിൽ ഒരു കോഴിക്കൂട്ടിൽ പെട്ടുപോകുന്നതും, തള്ളക്കോഴികൾ അതിനെ കൊത്തിപ്പറിക്കുന്നതും അവസാനം കോഴിക്കുഞ്ഞുങ്ങൾക്ക് മാലാഖ ഒരു കളിപ്പാട്ടമായി മാറുന്നതുമായ ദയനീയ അവസ്ഥയായിരുന്നു ആശയം. മുതിർന്നവർ വളരെ മുമ്പുതന്നെ മാലാഖകളിൽ വിശ്വാസം നഷ്ടപ്പെട്ടവരായിരുന്നതുകൊണ്ട് ഈ കഥ അവർക്ക് വിശ്വാസ്യമാവില്ലെന്ന് എനിക്ക് അറിയാമായിരുന്നു. അതുകൊണ്ടാണ് കുട്ടികളെ പറ്റിക്കാൻ ഇത് പറ്റിയ സാധനമാണെന്ന് തോന്നിയതും, അവർക്ക് വേണ്ടി എഴുതിയതും. പക്ഷെ കുട്ടികളുടെ ഭാഷയിലല്ല അത് എഴുതിയത്. പകരം കുട്ടികൾ അവരുടെ ചുറ്റുമുള്ള ലോകം കണ്ടെത്തി തുടങ്ങുമ്പോൾ നാം മുതിർന്നവർ അവരോട് പ്രയോഗിക്കുന്ന ഒരുതരം വിഡ്ഢ്യാൻ ഭാഷയുണ്ടല്ലോ അതിലായിരുന്നു ആ കഥ. പൂർത്തിയായപ്പോൾ ഞാൻ അത് എന്റെ കുട്ടികൾക്കുതന്നെ വായിക്കാൻ കൊടുത്തു. എട്ടും ആറും ആയിരുന്നു അന്ന് അവർക്ക് പ്രായം. വളരെ ശ്രദ്ധയോടെ ഒറ്റ പ്രാവശ്യം വായിച്ചുകഴിഞ്ഞ് അവർ കഥ എനിക്ക് മടക്കിത്തന്നുകൊണ്ട് പറഞ്ഞു. "കുട്ടികൾ മന്ദബുദ്ധികളാണെന്നാണ് നിങ്ങളുടെ വിചാരം." സത്യത്തിൽ അങ്ങനെയൊന്നും ഞാൻ വിചാരിച്ചിരുന്നില്ലെങ്കിലും, അവർ എന്താണ് ഉദ്ദേശിച്ചതെന്ന് എനിക്ക് മനസിലായി. എന്നിട്ട് മുതിർന്നവരുടെ എല്ലാ പരമ്പരാഗത രീതികളും ഉൾപ്പെടുത്തിതന്നെ കഥ മാറ്റിയെഴുതി പേര് മാത്രം പഴയത് തുടർന്നു. 'പടുകൂറ്റൻ ചിറകുള്ള ഒരു വയോധികൻ.' എന്റെ കുട്ടികളാകട്ടെ, അവരുടെ അഭിപ്രായപ്രകടനം എന്നെ വിഷമിപ്പിച്ചിരിക്കുമെന്ന് കരുതി എന്റെ ജന്മദിനത്തിൽ ഒരു വാചകംകൊണ്ട് പരിഹാരം ചെയ്തു. ഈ വാചകം കുട്ടികളിലെ ഗൂഢമായ കവിതാ സിദ്ധിയുടെ ഉദാഹരണമായി ഞാൻ കരുതുന്നു. "അച്ഛാ, അങ്ങ് കുട്ടിയാവുമ്പോൾ ഞങ്ങളെപ്പോലെയാവുകയും, അങ്ങയെപ്പോലെ ഒരച്ഛൻ അങ്ങക്കന്ന് ഉണ്ടാവുകയും ചെയ്യട്ടെ," അവർ ഒരുമിച്ച് പറഞ്ഞു.

സാഹിത്യമത്സരത്തിന് ഒട്ടേറെ മനോഹരമായ കഥകളുണ്ടായിരുന്നു. പക്ഷെ, മോശപ്പെട്ട കഥകളിലാകട്ടെ, മുതിർന്നവരുടെ കൈക്കുറ്റപ്പാട് സ്പഷ്ടവുമായിരുന്നു. മുതിർന്നവർ കുട്ടികൾക്കായി ലോകത്തെല്ലായിടത്തും പറയാറുള്ള കഥകളിൽ അനുകരിക്കാൻ ശ്രമിച്ചവയായിരുന്നു ഏറ്റവും മോശപ്പെട്ട കഥകൾ. ദുഷ്ടന്മാരായ രാജാക്കന്മാരും, സുന്ദരിമാരായ രാജകുമാരിമാരും, മായാലോകത്തുനിന്നെത്തിയ തലതൊട്ടമ്മമാരും, ക്രൂരകളായ രണ്ടാനമ്മമാരുമൊക്കെ നിറഞ്ഞ കഥകൾ. കുട്ടികൾ ഇത്തരം കഥകൾ അനുകരിച്ചെഴുതുന്നതിന് ഒന്നോ രണ്ടോ കാരണങ്ങൾ

ഉണ്ടാകാം. ഇതാണ് സാഹിത്യമെന്ന് നാം മുതിർന്നവർ പറഞ്ഞത് ശരിയാണെന്ന് കുട്ടികൾ കരുതുന്നതാകാം ഒന്നാമത്തെ കാരണം. രണ്ടാമത്തെ കാരണം ഇതാണ് സാഹിത്യമെന്ന മുതിർന്നവരുടെ മൂഢവിശ്വാസത്തെ ഒന്നു പറ്റിക്കുകയെന്ന കുട്ടികളുടെ ഉദ്ദേശ്യം.തങ്ങൾക്കു യാതൊരു ബന്ധവുമില്ലാത്ത ഒരു മിഥ്യാലോകത്തെക്കുറിച്ചാണ് എഴുതുന്നതെന്ന പൂർണബോധ്യത്തോടെതന്നെ മുതിർന്നവരെ പറ്റിക്കാൻ വേണ്ടിയാകാം അവരെഴുതുന്നത്. എന്റെ തന്നെ അനുഭവം വ്യക്തമായി ഓർക്കുക. അരക്കാറ്റക്കയിൽ കുട്ടികളായിരുന്ന കാലത്ത് ഞാനും കൂട്ടുകാരും ഞങ്ങളെക്കാൾ അല്പം മുതിർന്ന കുട്ടികൾ തങ്ങളുടെ ലൈംഗിക സാഹസികതകളെക്കുറിച്ച്--പലതും ചമച്ചുണ്ടാക്കിയതുതന്നെ— പറഞ്ഞ കഥകൾ സ്വർഗീയമായ ഒരു നിർവൃതിയോടെ കേട്ടിരിക്കുമായിരുന്നു. ഇവയൊക്കെ കേട്ട് വീട്ടിലെത്തിയശേഷം മുതിർന്നവർ പറഞ്ഞുതന്നിരുന്ന കുട്ടിക്കഥകൾ കേട്ടിരിക്കുന്നത് വയറുനിറഞ്ഞതിനുശേഷം വീണ്ടും കുത്തിച്ചെലുത്തുന്നതുപോലെ ഒരനുഭവമായിരുന്നു. പാറ്റപ്പെണ്ണും എലിച്ചെറുക്കനും തമ്മിലുള്ള സ്നേഹത്തെക്കുറിച്ച് കാപട്യം നിറഞ്ഞ ഊന്നലോടെ പറഞ്ഞിരുന്ന കുട്ടിക്കഥകൾ. സൂര്യാസ്തമയവേളയിൽ പൗഡറും മുഖത്തണിഞ്ഞ്, ചുണ്ട് ചുവപ്പിച്ച്, ഉലഞ്ഞവസ്ത്രം ധരിച്ച്, തലയിൽ പട്ടുകൊണ്ടുള്ള റിബൺകെട്ടി തന്റെ വീട്ടുവരാന്തയിൽ പെരീസ് എന്ന കുഞ്ഞെലിയെ കാത്തിരുന്ന മാർട്ടിനെസ് എന്ന കുഞ്ഞു പാറ്റപ്പെണ്ണിന്റെ കഥ. പെരീസ് കുഞ്ഞെലി മുന്നിലൂടെ കടന്നുപോകുമ്പോൾ അവൾ ചോദിച്ചത്രേ 'പെരീസ് എലിക്കുഞ്ഞേ, നീ എന്നെ വിവാഹം കഴിക്കുമോ?' പാലത്തിനപ്പുറത്ത് സ്വന്തം വീടുവരാന്തയിൽ നിന്നിരുന്ന ഒട്ടേറെ മാർട്ടിനെസ് പാറ്റപ്പെണ്ണുങ്ങളെ അതിനകം കണ്ടുകഴിഞ്ഞിരുന്ന ഞങ്ങളുടെ മനസിൽ ഈ കഥകേൾക്കുമ്പോൾ ഉയർന്നു വന്നിരുന്ന തോന്നൽ ഇതാണ് 'ഹോ, എന്തൊരു തേവിടിശ്ശി!' മുതിർന്നവർ ഈ കഥപറയുമ്പോൾ ഇങ്ങനെയാണ് ഞങ്ങളുടെ മനസിൽ വളർന്ന സമാന്തര കഥ. മാർട്ടിനെസ് പാറ്റപ്പെണ്ണിന് പെരീസ് എലിച്ചെക്കനെക്കൊണ്ടുള്ള ഏക ആവശ്യം കള്ളക്കഥയിലെ തീക്ക് മുകളിൽവെച്ച തന്റെ 'സൂപ്പ് ഇളക്കാൻ സഹായിക്കുക' മാത്രമാണ്.

ഇന്നും കുട്ടികൾ ഇങ്ങനെയൊക്കെതന്നെയാണ്; മുതിർന്നവരാകട്ടെ, പഴയതുപോലെതന്നെ നിഷ്കളങ്കതയുടെ വാചകങ്ങളിൽ മുഴുകിത്തുടരുന്നു. അതിന്റെ ദുഷ്ഫലം എന്തെന്നാൽ സ്കൂളിൽ അദ്ധ്യാപകൻ കഥയെഴുതാൻ പറയുമ്പോൾ കുട്ടികൾ അദ്ധ്യാപകന് ഇഷ്ടപ്പെടുന്ന വിധത്തിലും മുതിർന്നവരുടെ അതേ കാപട്യത്തോടെയും കഥയെഴുതുന്നു. ഈ മത്സരത്തിനുണ്ടായ ഒരു ദോഷം ഒരു ജഡ്ജിക്ക് താൻ കുട്ടിയായിരുന്ന കാലത്തെപ്പറ്റി ഓർമ്മയുണ്ടായിരുന്നു എന്നതും, അതിനാൽതന്നെ തനിക്ക് ഇഷ്ടപ്പെടുന്നതെന്നുകരുതി എഴുതപ്പെട്ട കഥകൾ ഒന്നും അയാൾക്ക് ഇഷ്ടമായില്ലെന്നതുമാണ്.

അവസാന നിമിഷം കഥകളിൽ ഇടങ്കോലിട്ട് അലമ്പാക്കിയത് അച്ഛനമ്മമാരാണോ, അതോ രണ്ടുകൂട്ടരും കൂടിയാണോ എന്ന് എനിക്കറിയില്ല. എന്തായാലും ഒരു എട്ടുവയസുകാരൻ ബഹിരാകാശത്ത് യുദ്ധത്തെക്കുറിച്ച് ടൈപ്പ് ചെയ്ത അഞ്ചിലേറെ പേജുകൾ നീളുന്ന കഥയെഴുതാൻ തീർച്ചയായും സാധ്യതയില്ല. ഒറ്റ സ്പെല്ലിങ് തെറ്റുപോലും ഇല്ല. ഏതാനും പിഴവുകളൊഴിച്ചാൽ വാചകഘടനയിലും കുഴപ്പമില്ല. അധ്യാനശീലരായ ചില മാതാപിതാക്കളുടെ സഹായത്തോടെ കുട്ടികൾ തയ്യാറാക്കുന്ന ഗൃഹപാഠങ്ങൾ പോലെയായിരുന്നു അത്. കുട്ടികളെ വശ്യശക്തിയുള്ളവരും വിവരമുള്ളവരുമാക്കുന്ന ചില കാര്യങ്ങൾ ആയിരുന്നു ആ കഥകളിൽ കാണാതിരുന്നത്—മൗലികത, കിറുക്ക്, അയുക്തികമായ ഭാവന. എന്തൊരു വന്ധ്യതയിലേക്കാണ് മുതിർന്നവർ കുട്ടികളെ വലിച്ചിഴച്ചുകൊണ്ടുവന്നതെന്നതിന് തെളിവ്. സർഗാത്മകത കൊണ്ടും മനോഹരമായ ആ യഥാർത്ഥത കൊണ്ടും സുന്ദരമാകുമായിരുന്ന പല കഥകളിലും ഒടുക്കം നിഗൂഢതയുടെ കുരുക്ക് അഴിക്കാൻ സ്വപ്നങ്ങളെ ആശ്രയിച്ചതാണ്. ഈ അയഥാർത്ഥികതയെല്ലാം സ്വപ്നമായിരുന്നുവെന്ന് എഴുതിയതോടെ ആ കഥയുടെ ചാരുത മുഴുവനും ചോർന്നു. ഈ അയഥാർത്ഥികത തന്നെയാണ് യഥാർഥത്തിലുണ്ടായതെന്ന് പറഞ്ഞാൽ മുതിർന്നവർ തിരസ്കരിക്കുമോ എന്ന ഭയംകാരണം കുട്ടികൾ ധൈര്യപ്പെട്ടില്ല. അതുകൊണ്ട് മത്സരത്തിനെത്തിയ പല കഥകളും സ്വപ്നങ്ങളെക്കുറിച്ചായി. പക്ഷെ, ഭാഗ്യത്തിന് കുറെ കുട്ടികളെങ്കിലും തങ്ങൾക്ക് തോന്നിയ മാതിരി എഴുതി. ഇവർ മുതിർന്നവരോട് ചർച്ചചെയ്തും മറ്റും എഴുതുവാൻ മിനക്കെട്ടില്ല. ഇവരെ മുതിർന്നവർ നിർബന്ധിച്ചുമില്ല. ഇത്തരം കഥകൾക്കാണ് സമ്മാനം ലഭിച്ചത്.

ബാല്യം എന്നത് 17-ാം നൂറ്റാണ്ടിലെ ഒരു കണ്ടുപിടുത്തമാണെന്ന് മാർഷൽ മക്‌ലൂഹൻ ആണെന്ന് തോന്നുന്നു തന്റെ *മാധ്യമം തന്നെ സന്ദേശം(The medium is the message)* എന്ന ഗ്രന്ഥത്തിൽ എഴുതിയത്. അതിനുമുമ്പ് ജീവിതത്തിലെ ഘട്ടങ്ങൾ ശൈശവം,പ്രായപൂർത്തിയായ ഘട്ടം, വാർദ്ധക്യം എന്നാണ് പരിഗണിക്കപ്പെട്ടിരുന്നത്. സ്വന്തം വ്യക്തിത്വമില്ലാത്ത ചെറിയ മനുഷ്യർ ആണ് കുട്ടികൾ എന്ന ഒരുതരം പ്രാകൃതമായ സമീപനമാണ് അന്നൊക്കെ പരക്കെയുണ്ടായിരുന്നത്. കുട്ടികളുടെ മനുഷ്യാവകാശങ്ങൾക്ക് വരെ ഐക്യരാഷ്ട്രസഭപോലും പരിഗണന നൽകിയിരിക്കുന്ന കാലമായിട്ടും 17-ാംനൂറ്റാണ്ടിന് മുമ്പുള്ള കാലത്തെപ്പോലെ ചിന്തിക്കുന്ന മുതിർന്നവർ ഇപ്പോഴുമുണ്ട്. കുട്ടികളുടെ കഥകൾ വെട്ടിത്തിരുത്തുന്നത് ഇക്കൂട്ടരാണ്. അവരുടെ ചിറകുകളരിയുന്നതിന് സമാനമായ ക്രൂരതയാണിത്.

മത്സരത്തിനെത്തിയ കഥകളിൽ ഏറ്റവും മികച്ചവ മൃഗങ്ങൾ കഥാപാത്രങ്ങളായവയാണെന്നത് മനസിലാക്കാവുന്നതേയുള്ളു. 80 ശതമാനം കഥകളിലും കഥാപാത്രങ്ങൾ മൃഗങ്ങളാണ്. മുതിർന്നവരുമായി തങ്ങൾക്ക് കഴിയാത്ത ആശയവിനിമയം കുട്ടികൾക്ക് മൃഗങ്ങളുമായി

സാധിക്കുന്നുവെന്ന് ഈ കഥകൾ വായിക്കുമ്പോൾ നമുക്ക് മനസിലാകും. 'അമ്മച്ചി'യെ മനസിലാക്കാൻ കുട്ടികൾക്ക് വിഷമമുണ്ടെങ്കിൽതന്നെയും കുറുനരിയുടെ ലക്ഷ്യങ്ങൾ എന്തെന്നറിയാൻ അവർക്ക് കഴിയുന്നു. പ്രത്യേകിച്ച് അപകടസാധ്യതയൊന്നുമില്ലാതെ തങ്ങളുടെ ആശയപ്രകാശനത്തിന് കുറുനരി മാധ്യമമാകുമ്പോൾ. എന്നാൽത്തന്നെയും പലപ്പോഴും ഇവിടെയും സ്വാതന്ത്ര്യം മുഴുവൻ സാധ്യമാകുന്നില്ല. മുയലുകളെപ്പറ്റി എഴുതുമ്പോഴും ഒരു നല്ല മുയലിന്റെ ലക്ഷണം അതിന് സ്കൂളിൽ പോകാൻ ഇഷ്ടമാണെന്നതാണെന്ന് അവർ എഴുതിപ്പോകുന്നു. സത്യം പറഞ്ഞാൽ ഒരു കുട്ടിക്കുപോലും സ്കൂളിൽ പോകുന്നത് ഇഷ്ടമല്ലെന്നതാണ് സത്യം. ഈ ഇഷ്ടക്കേടിന് ന്യായമായ കാരണങ്ങളുമുണ്ട്. പരക്കെ അറിയുന്നതുപോലെ കുട്ടികൾ കള്ളംപറയുന്ന സ്വഭാവക്കാരാണ്. പക്ഷെ, പൊതുവെ ധരിച്ചിരിക്കുന്ന കാരണങ്ങളല്ല ഇതിനവരെ പ്രേരിപ്പിക്കുന്നത്. നാം മുതിർന്നവരാണ് അവരെ വളർത്തികൊണ്ടുവരുന്നതോടൊപ്പം നുണപറയാനും പഠിപ്പിക്കുന്നത്. നാമവരെ അവരുടെ പാടിനുവിടുമ്പോൾ മാത്രമാണവർ യഥാർത്ഥകവികൾ ആകുന്നത്. അതുകൊണ്ടാണ് മിനു ദ്രൗ കവിയല്ലാത്തതും കവിയായ ഏഴുവയസുള്ള ഒരു കൊളംബിയക്കാരി കാരുണ്യത്തിന്റേതായ ഈ അത്ഭുതകരമായ വരികൾ എഴുതിയതും.

"വലുതാകുമ്പോൾ ന്യൂയോർക്കിലെ ഒരു വലിയ ആശുപത്രിയിലെ സമർഥയായ ഡോക്ടറാകാനാണെനിക്ക് ആഗ്രഹം. എന്റെ രോഗികൾ മരിക്കുമ്പോൾ ഞാൻ അവരോടൊപ്പം മരിക്കുകയും ചെയ്യും."

മുഖാമുഖം

എയ്ഡ്സ്, ടി വി, സമ്പത്ത്

ഹവാന: സാഹിത്യത്തിനുള്ള നോബൽ സമ്മാന ജേതാവായ ഗബ്രിയേൽ ഗാർസ്യ മാർക്കേസ് തന്റെ 60–ാം വയസിൽ ബിംബങ്ങളുടെ ലോകത്തേക്ക് ഒരു കുതിപ്പ് നടത്തുകയാണ്.

"വാക്കുകൾ ബിംബങ്ങൾക്കുള്ളിലിരിക്കുന്നവയാണ്. വാസ്തവത്തിൽ വരമൊഴിയെന്നത് വളരെ പുരാതനമായ ഒരു മാധ്യമമാണെന്ന് ഒന്നാലോചിച്ചാൽ മനസ്സിലാകും. ഓരോ അക്ഷരത്തിനും പിന്നാലെ മറ്റൊരക്ഷരം ചേർത്തുവെച്ച് എഴുതുകയും, അവ ഓരോന്നിന്റെയും അർഥമെന്തെന്ന് മനസ്സിലാകാതെ തന്നെ മൊത്തം അർഥം ഗ്രഹിച്ചെടുക്കുകയുമൊക്കെ എത്ര പ്രാകൃതമായ ഏർപ്പാടാണ്. അസീറിയക്കാരുടെ അതിപുരാതനമായ ക്യൂണിഫോം എഴുത്തുപോലെ. പക്ഷെ ബിംബമാകട്ടെ, കാണുമ്പോൾ തന്നെ നമ്മിൽ അടിയന്തിരവും അഗാധവും തീവ്രവുമായ പ്രതിഫലനം ഉളവാക്കുന്നു. അർഥം ഗണിച്ചെടുക്കേണ്ട കാര്യമില്ല. ബിംബം നേരെ ഹൃദയവുമായിത്തന്നെ സംവദിക്കുന്നു.'

ക്ലേശകരമായ പ്രണയങ്ങൾ എന്ന പുതിയ പരമ്പരയുടെ രചയിതാവും, അടുത്തുതന്നെ സംപ്രേക്ഷണം ചെയ്യുന്ന, *സ്വപ്നം കാണാൻ ഞാൻ സ്വയം വാടകക്ക് നൽകുന്നു* എന്ന പരമ്പരയുടെ സീനറിസ്റ്റുമാണ് മാർക്കേസ്. രണ്ടാമതുപറഞ്ഞ പരമ്പരയുടെ തിരക്കഥ ക്യൂബയിലെ എൽസിയോ ആൽബെർഗോ ദീഗോ, ബ്രസീലിലെ ഡോക് കംപരാറ്റോ എന്നിവരുമൊത്ത് സാൻ അന്തോണിയോ ദി ലോസ് ബനോസ് ഫിലിം സ്കൂളിൽ നടന്ന വർക്ക്ഷോപ്പിൽ മാർക്കേസിന്റെ മേൽനോട്ടത്തിൽ തയ്യാറാക്കപ്പെട്ടതുമാണ്. പുതുതായി തുടങ്ങിയ ലാറ്റിനമേരിക്കൻ ഫിലിം ഫൗണ്ടേഷന്റെ പ്രസിഡന്റായ മാർക്കേസ് പറയുന്നു:

"എന്നെ സംബന്ധിച്ചിടത്തോളം സിനിമയും ടെലിവിഷനും തമ്മിൽ

യാതൊരു വ്യത്യാസവുമില്ല. രണ്ടും ചലിക്കുന്ന ബിംബങ്ങളാണ്.'' താനൊരു ഭാഗ്യവാനല്ലെന്നാണ് 60–ാം വയസിലും ഈ നോബൽ സമ്മാന ജേതാവ് കരുതുന്നത്.

''ഈ ഭാഗ്യം എന്നതും കാവൽ മാലാഖകളെ പോലെ യഥാർഥത്തിലുള്ള ഒന്ന് തന്നെയാണെന്നാണ് എന്റെ വിശ്വാസം. പക്ഷെ, അതിനും വഴി നാം കാണിച്ചുകൊടുക്കേണ്ടതുണ്ട്. ബുദ്ധിമാനായ ഒരാളുടെ കാവൽ മാലാഖക്ക് ഒരു മൂഢന്റെ കാവൽ മാലാഖയേക്കാൾ കാര്യശേഷിയുണ്ടാകും. എനിക്ക് ഒരിക്കലും ഭാഗ്യം കാര്യമായി ഉണ്ടായിട്ടില്ല. വർഷങ്ങളോളം എനിക്ക് കാലം വളരെ മോശമായിരുന്നു. ജനിച്ചതുമുതൽ ഏതാണ്ട് 40 വയസ് ആകുന്നതു വരെ.''

''ഒരു കാര്യവും ശരിയായില്ല. എനിക്ക് അക്കാലമത്രയും സാമ്പത്തിക പ്രയാസങ്ങളും തൊഴിൽപരമായ ബുദ്ധിമുട്ടുകളുമൊക്കെതന്നെയായിരുന്നു. എനിക്ക് ഒന്നും എഴുതാൻ കഴിഞ്ഞില്ല. ഒരു എഴുത്തുകാരൻ എന്ന നിലയിലോ അല്ലെങ്കിൽ ഞാൻ ആരുമല്ലല്ലോ എന്ന തോന്നൽകൊണ്ടോ ഒക്കെ ഒട്ടേറെ മന:ശാസ്ത്രപരവും വൈകാരികവുമായ പ്രശ്നങ്ങളും എനിക്കുണ്ടായി. എല്ലായിടത്തും അധികപ്പറ്റായി എനിക്ക് സ്വയം തോന്നിയതു കാരണം എപ്പോഴും അതിന്റെ വല്ലാത്ത വിഷമത്തിലായിരുന്നു ഞാൻ. പക്ഷെ, അങ്ങനെയിരിക്കെ പെട്ടെന്ന് എന്തോ സംഭവിച്ചു. എന്താണെന്ന് എനിക്ക് അറിയില്ല. കഴിഞ്ഞ ഇരുപതുവർഷത്തിൽ എല്ലാ അനുഭവങ്ങളും നല്ലത് മാത്രമായി.''

''എന്റെ ഭാഗ്യത്തെ എല്ലാവർഷത്തേക്കും തുല്യമായി പങ്കിട്ടാൽ ഭാഗ്യത്തിൽ ശരാശരിയായിരുന്ന 60 വർഷം ആണ് കഴിഞ്ഞതെന്ന് പറയാം.''

പക്ഷെ, ഇന്ന് തന്റെ ജീവിതത്തിലെ ഏറ്റവും നല്ല മുഹൂർത്തത്തിലാണ് ജീവിക്കുന്നതെന്ന് ഗാർസിയ മാർക്കേസ് കരുതുന്നു. ഇതിന് പ്രധാനകാരണം, യുവത്വത്തിന്റെ അന്ത്യമാണ് 60 വയസ് എന്ന ഒരു ആശയം കുട്ടിക്കാലം മുതൽതന്നെ ഉള്ളിൽ ഉറച്ചിരുന്നു. 60 വയസാകുമ്പോൾ താൻ വൃദ്ധനാകുന്നു. അതിനുശേഷം ഒരു വൃദ്ധനെപ്പോലെയായിരിക്കണം വേഷധാരണം. അങ്ങനെ വൃദ്ധനായി ജീവിക്കണം.

താനും ഈ വിശ്വാസത്തിൽ നിന്ന് മോചിതനായിരുന്നില്ല. അങ്ങനെ ഇരിക്കുമ്പോഴാണ് തനിക്ക് 60 വയസായെന്ന് പെട്ടെന്ന് അറിയുന്നത്. എന്നിട്ടും തനിക്ക് യാതൊരു വ്യത്യാസവുമില്ലെന്ന് അറിയുന്നു. മാത്രമല്ല പണ്ടത്തെക്കാൾ ജീവിതം ഭദ്രമായതായും കൂടുതൽ ആത്മവി ശ്വാസം ഉൾക്കൊണ്ടിട്ടുള്ളതായും, ചതിക്കുഴികൾ ഒഴിവാക്കാൻ പഠിച്ചു കഴിഞ്ഞതിനാൽ പ്രണയിക്കാൻപോലും കൂടുതൽ കഴിവുള്ളതായും ബോധ്യപ്പെടുന്നു.

''എയ്ഡ്സിന്റെ കാലത്തിൽ പ്രണയത്തിന്റെ സ്ഥിതി എന്താണ്?'' പ്രണയത്തിന്റെ അപായസാധ്യതകൾ വർദ്ധിപ്പിക്കുക മാത്രമാണ്

എയ്ഡ്സ് ചെയ്യുന്നത്. പ്രണയം എന്നും വമ്പിച്ച അപകടങ്ങൾക്ക് സാധ്യതയുള്ള വളരെ അപായകാരിയായ ഒരു വികാരമാണ്. ഒരുതരം മാരകരോഗമാണ്. നിങ്ങൾ യുവാക്കൾ, സിഫിലിസിന്റെ കാലത്ത് ജീവിച്ചിരുന്നിട്ടില്ലല്ലോ. എയ്ഡ്സ്പോലെ ഒരു രോഗമായിരുന്നു അത്. അതും ഗുഹ്യരോഗമായിരുന്നു. അതായത് അതും സംഭോഗത്തിൽനിന്ന് ഉണ്ടായതുതന്നെ. മാരകവും, ചികിത്സ ഇല്ലാത്തതുമായ രോഗം. ഏറെ വർഷങ്ങൾ ആ രോഗവും ചികിത്സ ഇല്ലാത്തതായി തുടർന്നു. എയ്ഡ്സിനെപ്പോലെ അന്ന് സിഫിലിസും വമ്പിച്ച ഭീതി ഉണർത്തിയിരുന്നു. ബൊഗോട്ടയിൽ അക്കാലത്ത് പ്രത്യക്ഷപ്പെട്ട ഒരു പോസ്റ്റർ ഞാൻ ഓർക്കുന്നു.'ദൈവത്തിനെ പേടിയില്ലെങ്കിൽ പിന്നെ സിഫിലിസിനെ പേടിക്കുക.' ഗർഭനിരോധന ഉറകൾ ഇന്നത്തെപ്പോലെ അന്നും പ്രചാരം നേടി. ലോകത്ത് എല്ലാ കാര്യങ്ങളും ചാക്രികമായാണ് സംഭവിക്കുന്നത് എന്ന് തോന്നുന്നു. നാം എയ്ഡ്സിനെ പേടിക്കാൻ പാടില്ല. എന്തായാലും ഏതെങ്കിലും കാരണം കൊണ്ട് മരിക്കേണ്ടി വരുമല്ലോ. എനിക്ക് എന്തായാലും പേടിയില്ല. "എന്ത് കാരണംകൊണ്ട് മരിക്കാനാണ് താങ്കൾക്ക് ഇഷ്ടം?"

"പ്രണയം കൊള്ളാം, എയ്ഡ്സ് വേണ്ട. ഒരു വിഷയമെന്ന നിലയ്ക്ക് എയ്ഡ്സിന്റെ കാലത്തെ പ്രണയം എനിക്ക് താല്പര്യം ഉണർത്തുകയേയില്ല. കാരണം എയ്ഡ്സും ഒരു തരം പ്ലേഗ് ആണ്. ഒരാളുടെ പെരുമാറ്റവുമായി അത് വളരെ അടുത്ത് ബന്ധപ്പെട്ടിരിക്കുന്നു. ചെറുക്കാൻ കഴിയാത്ത ദുരന്തങ്ങളായ കോളറ തുടങ്ങിയ മറ്റ് പ്ലേഗുകളെപ്പോലെ തന്നെ എയ്ഡ്സും. അതിനെ തിട്ടപ്പെടുത്താൻ കഴിയില്ല. നിങ്ങൾ ചലിക്കാതെ ഇരുന്നാലും, വീട്ടിൽ മുറിപൂട്ടിയിരുന്നാലും നിങ്ങളുടെ മേൽ അത് ഇഴഞ്ഞ് കറയുന്നു.*ചുവന്ന മരണ*മെന്ന കഥയിലെപ്പോലെ തന്റെ വീട്ടിൽ ഒന്നുമറിയാതെയിരുന്ന രാജകുമാരനെ ഉത്സവവേഷത്തിൽ വന്ന പ്ലേഗ് പിടികൂടുന്നു. പ്ലേഗിന്റെ അധിഭൗതികതയോളമെത്തുന്ന ഈ മാനമാണ് എന്നിൽ താല്പര്യമുളവാക്കുന്നത്."

ടെലിവിഷനിലുള്ള തന്റെ വിശ്വാസത്തെക്കുറിച്ചും മാർക്കേസ് പറഞ്ഞു.

"സോപ്പ് ഓപ്പറകൾ"* എഴുതാൻ എന്നും എനിക്ക് ആഗ്രഹമുണ്ടായിരുന്നു. ഉഗ്രൻ സാധനങ്ങളാണവ. പുസ്തകങ്ങളേക്കാൾ കൂടുതൽ ജനങ്ങളെ അവ ആകർഷിക്കുന്നു. ഒരു പുസ്തകത്തിന് ഏറ്റവും ഗംഭീരമായ വില്പനയുണ്ടായാൽത്തന്നെ ഒരു വർഷം വിൽക്കുന്നത് പരമാവധി പത്ത് ലക്ഷം പ്രതികളാണ്. ഒരു ഓപ്പറയാകട്ടെ ഒരു രാത്രിയെത്തുന്നത് ഒറ്റ രാജ്യത്തിൽ തന്നെ അഞ്ച് കോടി വീടുകളിലാണ്. താൻ ചെയ്യുന്ന ഒരു പ്രവൃത്തികൊണ്ട് മാത്രം സ്നേഹിക്കപ്പെടണമെന്നാഗ്രഹിക്കുന്ന എന്നെപ്പോലെയൊരാൾക്ക് സോപ്പ് ഓപ്പറ നോവലിനേക്കാൾ ഫലപ്രദമാണ്.

*കമ്പോളച്ചരക്കുകളുടെ ഉല്പാദകരായ കമ്പനികൾ സ്പോൺസർ ചെയ്ത് ടിവിയിൽ സംപ്രേഷണം ചെയ്യുന്ന കഥാപരമ്പരകൾ

സോപ്പ് ഓപ്പറ നിലവാരം കുറഞ്ഞ സാധനമാണെന്ന് വളരെ കാലമായി വിശ്വസിച്ചു ശീലമായതാണ് കുഴപ്പം. ഞാൻ അങ്ങനെ കരുതുന്നില്ല.''

ബുദ്ധിജീവികൾക്ക് ടെലിവിഷനോട് ഇത്രതന്നെ പുച്ഛമുണ്ടായിരുന്നില്ലെങ്കിൽ, ടി വി ഇത്രയും മോശമാകുമായിരുന്നില്ലെന്നാണ് മാർക്കേസിന്റെ അഭിപ്രായം.

''ടെലിവിഷന്റെ പുരോഗതിക്ക് അവസാനം വഴിതെളിക്കുന്നവർ പ്രതിഭയുള്ളവർ തന്നെയാകുമെന്ന് എനിക്ക് പൂർണബോധ്യമുണ്ട്. ഈ മാധ്യമത്തിൽ എനിക്ക് വിശ്വാസമില്ലെങ്കിലും മാധ്യമത്തിന്റെ സ്രഷ്ടാക്കളിൽ എനിക്ക് വിശ്വാസമുണ്ട്.''

ബഹുജനങ്ങളെ ലക്ഷ്യമാക്കുമെന്നതാണ് ടെലിവിഷൻ എന്നതുകൊണ്ടുമാത്രം ആ മാധ്യമത്തെപ്പറ്റി മോശമായി പറയുന്നത് ഒരുതരം പുച്ഛമാണെന്ന് മാർക്കേസ് കരുതുന്നു. ''ബഹുജനങ്ങളക്ക് വേണ്ടി ഞാൻ നോവലെഴുതിയപ്പോഴും ഇങ്ങനെയുള്ള പ്രചാരണമുണ്ടായിരുന്നു. മഹത്തായ സാഹിത്യത്തിന്റെ ഒരംശത്തെയും ഒഴിവാക്കാത്ത നോവലാണ് *ഏകാന്തതയുടെ നൂറുവർഷങ്ങൾ* എന്നിട്ടും ഈ പുസ്തകം ഇഷ്ടം പോലെ വിറ്റഴിയുകയും തലമുറകൾ മാറി മാറി ഇത് വായിക്കുകയും ചെയ്യുന്നു.സാധാരണക്കാരായ പൊതുജനത്തിനിത് രുചിക്കുകയില്ലെന്ന സങ്കല്പമാണെനിക്കുണ്ടായിരുന്നതെങ്കിൽ ഞാനീ പുസ്തകം എഴുതുക തന്നെയില്ലായിരുന്നു". താൻ സെനാരിയോ എഴുതി മൊസാംബിക്കിലെ റൈഗുയേറ സംവിധാനം ചെയ്ത *ക്ലേശകരമായ പ്രണയ*ങ്ങളുടെ സ്വകാര്യപ്രദർശനത്തിന് ശേഷം ഈയിടെ മാർക്കേസ് പറഞ്ഞു.

*ലാബെല്ല പാലൊമേറ*യും ഒരു സോപ്പ് ഓപ്പറയും തമ്മിലുള്ള ഒരേയൊരു വ്യത്യാസം ആദ്യംപറഞ്ഞ പുസ്തകം കൂടുതൽനന്നായി എഴുതിയിട്ടുള്ളതാണെന്നതാണ്. പക്ഷെ, രണ്ടിലും പ്രകടമായിട്ടുള്ള വികാരം, നാടകീയത, സംഭവങ്ങൾ എന്നിവയൊക്കെ ഒന്നുതന്നെ. തനിക്ക് സ്വന്തമാക്കാൻ കഴിയാത്ത ഒരു പെണ്ണിനെച്ചൊല്ലി ഒരാൾ പ്രേമിച്ചവശനാകുന്നു. അസൂയമൂത്ത് ഭർത്താവ് ആ പെണ്ണിനെ കൊല്ലുന്നു. ലോകത്തെവിടെയുമുള്ള സോപ്പ് ഓപ്പറയുടെയും കഥ ഇതുതന്നെ.

മാത്രമല്ല, ടെലിവിഷൻസ്കൂൾ നടത്തുന്ന ഒരു ഫൗണ്ടേഷന്റെ പ്രസിഡണ്ടായി ഞാൻ തുടരുമ്പോൾ ഒരിക്കലും ടി വിയെ പുച്ഛിച്ചുകൊണ്ട് എനിക്ക് തുടങ്ങാനാവില്ലല്ലോ. ഞാൻ ടിവിയിൽ ഉറച്ചു വിശ്വസിക്കുന്നു. ഞങ്ങളുടെ ഇന്റർനാഷണൽ ഫിലിം ആന്റ് ടെലിവിഷൻ സ്കൂളിൽ ഞങ്ങൾ സിനിമയെയും ടി വി യെയും വെവ്വേറെയായി കണ്ടല്ല പഠിക്കുന്നത്. ബിംബങ്ങളെ കുറിച്ചാണ് ഞങ്ങൾ അവിടെ ചർച്ച ചെയ്യുക. സിനിമയിൽ നിന്ന് താങ്കൾക്ക് നല്ല അനുഭവമല്ലല്ലോ ഉണ്ടായിട്ടുള്ളത്?

എന്റെ നോവലുകളുടെ സിനിമാവഷ്കാരം മോശമായതിനാലാണ് സിനിമയിൽനിന്ന് നല്ല അനുഭവമുണ്ടാകാത്തതെന്ന് ഞാൻ വിശ്വസിക്കുന്നില്ല. മറ്റ് കാരണങ്ങൾ ആണ് അതിനു പിന്നിൽ. സാഹി ത്യത്തിന് ചെല

വഴിച്ചതിനേക്കാൾ സമയം ഞാൻ സിനിമക്കു വേണ്ടി നീക്കിവെച്ചിരുന്നെങ്കിലും ഞാനാഗ്രഹിച്ചത്രയും കാര്യങ്ങൾചെയ്യാൻ സാധിച്ചിട്ടില്ല.

ലാറ്റിനമേരിക്കയിൽ സാഹിത്യത്തിനുള്ള ഉന്നതസ്ഥാനം ഒരു കലാരൂപമെന്ന നിലയിൽ സിനിമക്കും ഉണ്ടാകണമെന്നാണ് എന്റെ ആഗ്രഹം. അതുകൊണ്ടാണ് ഞാനീ ഫിലിംസ്കൂളിന്റെ ചുമതല ഏറ്റിരിക്കുന്നത്. അതിനാൽ തന്നെയാണ് *ക്ലേശകരമായ പ്രണയ*ങ്ങളുടെ ആറ് എപ്പിസോഡിന്റെ രചയിതാവ് എന്ന നിലക്ക് എനിക്ക് ലഭിച്ച പ്രതിഫലം അതിന്റെ നിർമാണത്തിനു വേണ്ടി സംഭാവന ചെയ്തത്. ലാറ്റിനമേരിക്കയിൽ മാത്രമേ ഞാനത് ചെയ്യുകയുള്ളൂ.

തന്റെ പുസ്തകങ്ങൾ ചലച്ചിത്രമാക്കുന്നതിനുള്ള അനുമതി താൻ നിഷേധിച്ചതിനെക്കുറിച്ച് ചോദിച്ചപ്പോൾ മാർക്കേസ് പറഞ്ഞു:

''ഒരു പുസ്തകത്തിലടിസ്ഥാനപ്പെടുത്തിയ സിനിമ കണുന്നവർക്ക് എത്രയും വിശ്വസ്തമായ ഒരു പുനർനിർമാണം കാണാനാണാഗ്രഹം. എന്നാൽ പുസ്തകം സിനിമയാക്കുമ്പോൾ ഒരു പരിണാമം സംഭവിക്കുന്നു. ഇത് ജനം അംഗീകരിക്കുകയുമില്ല. അതുകൊണ്ടാണ് എന്റെ രചനകൾ സിനിമയാക്കുന്നതിന് എനിക്ക് എതിർപ്പുള്ളത്. സിനിമക്ക് വേണ്ടി മാത്രമായി കഥയെഴുതാനാണെനിക്ക് താൽപര്യം.''

പക്ഷെ, താങ്കളുടെ രചനകളുടെ ഒരു ചലച്ചിത്രാവിഷ്കാരത്തിനും താങ്കളുടെ താളമോ വാക്കുകളുടെ പ്രവാഹമോ പ്രതിനിധീകരിക്കാൻ കഴിയില്ലല്ലോ?

''അത് സംവിധായകരുടെ പ്രശ്നമാണ്, എന്റെയല്ല. അവരുടെ സിനിമയ്ക്കെത്തുന്നവർ അവരെയല്ല, എന്നെയാണ് കാണാൻ വരുന്നതെന്നതും അവരുടെ നിർഭാഗ്യം. അതുകൊണ്ട് അവർ സ്വയം അളക്കുന്നത് എന്നിലൂടെയാകുന്നു. എന്റെ രചനകൾ അവർ എങ്ങനെ ചലച്ചിത്രമാക്കി, അതുമായി എത്ര വിശ്വസ്തത പാലിച്ചു എന്നൊക്കെയാണ് പിന്നെ അന്വേഷണവിധേയമാക്കുന്നത്.

പക്ഷെ, *ദി ബ്യൂട്ടിഫുൾ ലൗ ലേഡി* എന്ന കഥ ചലച്ചിത്രമാക്കുന്ന റൈഗുയേറ ഒരു പ്രശ്നം നേരിട്ടേക്കും. കാരണം ആ ചിത്രത്തിന്റെ എല്ലാ അംശങ്ങളിലും ഞാൻ എന്നെയാണ് കാണുന്നത്. ഓരോ ഫ്രെയിമിലും ഞാൻ നിറഞ്ഞു നില്ക്കുകയാണ്. റൈയോടൊപ്പം മെക്സിക്കോയിൽവെച്ച് ഞാൻ എഴുതിയ തിരക്കഥയിലെ സീനുകൾപോലും യാതൊരു വ്യത്യാസവുമില്ലാതെ പ്രത്യക്ഷപ്പെടുന്നു. ഒരു കാര്യം മാത്രം വിചിത്രമായി എനിക്ക് തോന്നി. രോഗിക്ക് നായകൻ പുസ്തകം വായിച്ചുകൊടുക്കുന്ന സീനാണത്.നായകൻ രോഗിയുടെ ഇടതുഭാഗത്ത് ഇരിക്കുന്നതായാണ് ഞാൻ സങ്കല്പിച്ചത്. പക്ഷെ ചിത്രത്തിലയാൾ വലതുഭാഗത്താണ് ഇരിക്കുന്നത്. പക്ഷെ, ഇനി അയാൾ ഇടതുഭാഗത്താണ് ഇരിക്കുന്നതെന്ന് ഞാൻ എഴുതിവെക്കാൻ പോകുകയാണ്.

നോബൽ സമ്മാന പ്രശസ്തിയെക്കുറിച്ച് മാർക്കേസ് പറഞ്ഞത് തന്റെ ശില്പശാലകളിൽ പങ്കെടുക്കുന്ന വിദ്യാർഥികൾക്ക് അറിയാവുന്ന ഒരു

കാര്യം 'എന്റെ ആശയം വളരെ മോശം. നിങ്ങളുടേതാണ് മെച്ചം'എന്നു പറയാൻ നോബൽ സമ്മാന ജേതാവിനും കഴിയുമെന്നതാണ്.

"ഒരു നോബൽ സമ്മാന ജേതാവായതുതന്നെ, എന്നിൽ എന്റെ വിദ്യാർഥികൾക്ക്, ഉള്ളതിനേക്കാൾ സംശയങ്ങൾ സൃഷ്ടിക്കുന്നു. ഒട്ടേറെ ചരിത്രപരവും ജീവിതപരവുമായ ഘടകങ്ങൾ മൂലമാണിത്. എനിക്ക് സംഭവിക്കുന്നതെല്ലാം നല്ലതിനാണെന്നാണ് എന്റെ സാഹിത്യ ജീവിതത്തിൽ നിന്ന് ഉണ്ടായ അനുഭവം. ഇത് ഒരുതരം സംഘട്ടനം എന്നിൽ ഉണ്ടാക്കുന്നു.എനിക്ക് സംഭവിക്കുന്നതെല്ലാം നല്ലതിനാണോ എന്ന് ഗുരുതരമായി സംശയിക്കുന്നതിന് ഞാൻ നിർബന്ധിതനാകുന്നു. ഇത് ഭാരമേറിയ ഒരു ചുമടാണ്. ഈ ചുമട് വിദ്യാർഥികളല്ല, ഞാനാണല്ലോ വഹിക്കേണ്ടത്."

താങ്കൾ ഇപ്പോൾ സമ്പന്നനായ സ്ഥിതിക്ക് ദാരിദ്ര്യത്തെക്കുറിച്ച് എന്താണ് അഭിപ്രായം?

ആദ്യമേ പറയട്ടെ, ഞാനൊരു സമ്പന്നനല്ല. പണമുള്ള ഒരു ദരിദ്രനാണ് ഞാൻ. എനിക്ക് ഒരു ദരിദ്രന്റെ പ്രശ്നങ്ങളൊന്നുമില്ലെന്ന് മാത്രം. ഇതെക്കുറിച്ചുള്ള എന്റെ വീക്ഷണത്തിന് വളരെ പ്രാധാന്യമുണ്ട്. കാരണം ദാരിദ്ര്യവും സമ്പത്തും തമ്മിലുള്ള യഥാർഥ വ്യത്യാസം എനിക്കറിയാം. മുമ്പൊക്കെ ഞാൻ അത് ഭാവനയിൽ കണ്ടിരുന്നേയുള്ളൂ. ഇപ്പോൾ എനിക്കാ ഭീകരത അറിയാം. എന്തൊക്കെയാണ് അവരുടെ ഇല്ലായ്മകൾ എന്നും, എത്രമോശമാണ് അവരുടെ സ്ഥിതിയെന്നുമൊക്കെ എനിക്കറിയാം. അതുകൊണ്ടാണ് മാനവരാശിയുടെ ഭൂരിപക്ഷത്തിന്റെയും അഗാധമായ പ്രശ്നങ്ങൾ പരിഹരിക്കുന്നതിന് ഇന്ന് നാം നടത്തുന്ന ആലോചനകൾ തുടരേണ്ടത് അത്യാവശ്യമാണെന്ന് ഞാൻ വിശ്വസിക്കുന്നത്. യാതൊരു ജീവിതമാർഗവും ഇല്ലാതെ കഴിയുന്ന ഈ ദരിദ്ര ഭൂരിപക്ഷം ശ്രമിക്കുന്നത് സന്തോഷം കൈവരിക്കാനല്ല. തങ്ങളുടെ ജീവിതം നാടകീയമാക്കിത്തീർക്കുന്ന ചെറിയ ചില ഇല്ലായ്മകൾ പരിഹരിക്കാൻ മാത്രമാണ്. ഈ ചെറിയ ഇല്ലായ്മകൾ ദരിദ്രർക്ക് വലിയ ഇല്ലായ്മകൾ തന്നെയാണ്.

എന്റെ ഇത്തരം പ്രശ്നങ്ങൾ പരിഹരിച്ചതാണ്, മരണംവരെ പാവപ്പെട്ടവന്റെ പ്രശ്നങ്ങൾ പരിഹരിക്കുന്നതിന് വേണ്ടി ചെയ്യാവുന്നതൊക്കെ ചെയ്യാൻ എനിക്ക് പ്രചോദനം നൽകിയത്. അവരും എന്നെപ്പോലെ പണമുള്ള പാവപ്പെട്ടവർ ആകുന്നതിനാണ് എന്റെ ശ്രമങ്ങൾ.

രാഷ്ട്രീയനേതാക്കളുമായുള്ള താങ്കളുടെ സൗഹൃദത്തെപ്പറ്റി പറയാമോ? ഒരു രാഷ്ട്രീയനേതാവിനെ സാഹിത്യകാരന് എത്രമാത്രം സ്വാധീനിക്കാൻ കഴിയും?

വിശ്വസിക്കാൻ പ്രയാസമായിരിക്കും, പക്ഷെ രാഷ്ട്രീയ നേതാക്കളുമായുള്ള എന്റെ സൗഹൃദത്തിൽ രാഷ്ട്രീയം തെല്ലുമില്ല. ഞാനെല്ലാത്തരം ആൾക്കാരുമായും സൗഹൃദം സ്ഥാപിക്കാറുണ്ട്. ഉദാഹരണത്തിന് വാസ്തുശില്പികളുമായി. പക്ഷേ, ആരും വാസ്തുശില്പികളുമായുള്ള

സൗഹൃദത്തെപ്പറ്റി ചോദിക്കാറില്ല. ബുദ്ധിജീവികളുമായാണ് എനിക്ക് ഏറ്റവും കുറച്ച് ചങ്ങാത്തം. എന്താണ് കാരണമെന്നറിയില്ല. ഒരുപക്ഷെ, മറ്റുള്ളവരിലാണ് എനിക്ക് താല്പര്യം എന്നതാകാം കാരണം. പുരോഹിതന്മാർ, ഗായകർ, നാടകപ്രവർത്തകർ എന്നിവരൊക്കെ എന്റെ സുഹൃത്തുക്കളാണ്. നാടകം എനിക്ക് വളരെ പ്രിയപ്പെട്ടതാണ്. നാടകീയ പ്രകടനത്തിൽ ഞാൻ ബഹുസമർഥനുമാണ്. പക്ഷെ, രാഷ്ട്രീയനേതാക്കളുമായുള്ള എന്റെ സൗഹൃദം മാത്രം എല്ലാവരും വിചിത്രമായി കാണുന്നതെന്താണെന്ന് എനിക്ക് മനസ്സിലാകുന്നില്ല. ഒരുപക്ഷേ ഈ സൗഹൃദമൊരു രാഷ്ട്രീയ ബന്ധമായി പലരും ധരിക്കുന്നതുകൊണ്ടാകാം. വാസ്തവത്തിൽ ലോകത്തുള്ള എല്ലാ കാര്യങ്ങളെയും പറ്റിയാണ് ഞങ്ങൾ സംസാരിക്കാറുള്ളത്.

ഞങ്ങൾ ആശയവിനിമയം നടത്താറുണ്ട്. എന്നാൽ എന്റെ ഉപദേശങ്ങളും ശുപാർശകളും അനുസരിച്ച് അവർ തീരെ പ്രവർത്തിക്കാറില്ല. ഒരു രാഷ്ട്രീയനേതാവും ഒരു ഭരണാധികാരിയും മറ്റുള്ളവരുടെ അഭിപ്രായം ചെവിക്കൊള്ളാറില്ല. അവർ നിങ്ങൾ പറയുന്നതൊക്കെ കേൾക്കും. അവസാനം തങ്ങൾക്ക് ശരിയെന്ന് തോന്നുന്നത് ചെയ്യും. എല്ലാം കഴിയുമ്പോൾ അവരുടെ സ്വാധീനം ഏറെയും നിങ്ങളിലുണ്ടാവുകയാണ് ചെയ്യുക. അപ്പോൾ അവരാഗ്രഹിക്കുന്നതുപോലെ പ്രവർത്തിക്കുന്നത് നാമാകും.

ഫിദൽ കാസ്ട്രോയെപ്പറ്റി മാർക്വേസ് പറയുന്നു:

ഒരു സംഭവത്തിന്റെ തുടക്കംമുതൽ അതിന്റെ ആത്യന്തികമായ ഫലങ്ങൾവരെ മുൻകൂട്ടിക്കാണാനുള്ള കഴിവാണ് ഫിദലിൽ ഞാൻ ആരാധിക്കുന്ന ഒരു കാര്യം. എല്ലാ കാര്യങ്ങളേയും അതിന്റെ യഥാർഥ പശ്ചാത്തലത്തിൽ കാണുവാൻ അദ്ദേഹത്തിന് കഴിയും. പലതവണ ഞാനത് നേരിൽ കണ്ടിട്ടുണ്ട്. ഒരിക്കൽ അമേരിക്കയിൽ പ്രസിഡൻഷ്യൽ സ്ഥാനാർഥിയെ നാമനിർദ്ദേശം ചെയ്യപ്പെടാതെ ഏതാനും ദിവസങ്ങൾ കടന്നുപോയി. അധികംവൈകാതെ ഒരു തീരുമാനമെടുത്തില്ലെങ്കിൽ ആരെങ്കിലും രഹസ്യമായിക്കടന്ന് പ്രസിഡന്റായേക്കുമെന്ന് ഫിദൽ എന്നോട് പറഞ്ഞു. മൂന്നാഴ്ചക്കകം അവർ കാർട്ടറെപ്പറ്റി പറഞ്ഞുതുടങ്ങുകയും, കാർട്ടർ പ്രസിഡന്റാവുകയും ചെയ്തു.

മഞ്ഞുമലയുടെ അറ്റം കാണുമ്പോൾത്തന്നെ അദൃശ്യമായ എട്ടിലേഴുഭാഗവും എന്തെന്ന് മനസിലാക്കാൻ ഫിദലിന് ഉടൻ കഴിയുന്നു

ഗോർബച്ചേവുമായി താങ്കൾ നടത്തിയ സംഭാഷണം എങ്ങനെയായിരുന്നു?

ഞങ്ങൾ പെരിസ്ട്രോയിക്കയെപ്പറ്റി സംസാരിച്ചപ്പോൾ ഗോർബച്ചേവ് പറഞ്ഞു, സമൂഹം അതിന്റെ ബ്രേക്കുകൾ ചവിട്ടിയിരിക്കുകയാണ്. ഞങ്ങളുടെ സ്ഥിതി മാത്രമല്ലിത്. മനുഷ്യരാശിയിലാകെ ഈ ബ്രേക്കുകൾ ചവിട്ടിയിരിക്കുന്നു. ഇന്ന് ഭാവന തീരെയില്ലാതായിരിക്കുന്നു. സർഗാത്മകത നിശ്ചലാവസ്ഥയിലാണ്. മനുഷ്യനിൽ വിശ്വാസം നഷ്ടമായിരിക്കുന്നു.

അദ്ദേഹത്തിന്റെ വാക്കുകൾ കൃത്യമായി ഓർക്കുന്നില്ല. പക്ഷെ ഏതാണ്ടീ അർഥം വരുന്ന വാചകങ്ങളാണ് ഗോർബച്ചേവ് പറഞ്ഞത്. തന്റെ രാജ്യത്തിന് സ്വയം തുറക്കാൻ കഴിഞ്ഞെങ്കിൽ, ലോകത്തിന് മുഴുവൻതന്നെ ഈ അടഞ്ഞ വാതിലുകൾ തുറന്നിടാൻ തീർച്ചയായും കഴിയും. അത് മനുഷ്യരാശിക്ക് തന്നെ ഒരു മഹത്തായ മുഹൂർത്തമായിരിക്കും. അദ്ദേഹം പറഞ്ഞത് ശരിയാണെന്നാണ് എന്റെ വിശ്വാസം.

സൈമൺ ബൊളീവറെപ്പറ്റി ഞങ്ങൾക്ക് ഒട്ടേറെ അറിയാം. പക്ഷെ, അദ്ദേഹത്തെപ്പറ്റിയുള്ള അങ്ങയുടെ നോവലിനെക്കുറിച്ച് ഒന്നും അറിയില്ലല്ലോ?

ഒരു നോവലിന്റെ വിജയത്തിന്റെ ഒരു ഭാഗം പൂർത്തിയാകുന്നതുവരെ അതേക്കുറിച്ച് പറയാതിരിക്കുക എന്നതാണ് എന്റെ സ്വഭാവം.

എന്താണ് അങ്ങയ്ക്ക് ഇത്ര അന്ധവിശ്വാസം?

അന്ധവിശ്വാസമല്ലിത്. ഞാൻ ജോലിചെയ്യുന്ന രീതിയതാണെന്ന് മാത്രം.

താങ്കൾക്ക് ഇപ്പോൾ ഒരു തിരക്കഥാകൃത്ത് ആകാനാണോ എഴുത്തുകാരനാകാനാണോ ഇഷ്ടം?

തിരക്കഥാകൃത്ത് എഴുത്തുകാരൻ തന്നെ. ഓരോ കഥയും എനിക്കിഷ്ടമുള്ള മാധ്യമത്തിലൂടെ പറയുന്നത് തുടരാൻ ഞാൻ ഉദ്ദേശിക്കുന്നു. ഈയിടെ ഞാൻ എഴുതിയ ഒരു കഥ സിനിമക്കോ നോവലിനോ കൊള്ളില്ല. ഞാനതുകൊണ്ട് അതൊരു നാടകമായെഴുതി.

മാർക്കേസിന്റെ ആദ്യ നാടകമാണിത്. *ലൗ ഡയാട്രൈബ് എയ്മ്ഡ് അറ്റ് എ സീറ്റഡ്മാൻ* എന്ന പേരുള്ള ഈ കൃതി ഒന്നരമണിക്കൂർ നീളുന്ന ഒരു മോണോലോഗ് ആണ്. 1988 ജൂണിൽ ബ്യൂണസ് അയേഴ്സിലായിരുന്നു ഇതിന്റെ പ്രഥമ പ്രദർശനം. 'ഉറങ്ങാൻ പോകുമ്പോൾ, വെയിൽ കായാൻ പോകുമ്പോൾപോലും തിരക്കഥ കൈവിടാത്ത' അർജന്റീനക്കാരി നടി ഗ്രാസിയേല ദുഫാവുവിന് വേണ്ടി പ്രത്യേകമായി എഴുതിയതാണീ നാടകം. ആപേക്ഷിക ആർദ്രത 90 ശതമാനവും, താപനില 35 ഡിഗ്രിയുമുള്ള കാർട്ടാജീനയിൽ ഒരനൗപചാരിക അത്താഴവിരുന്നിന് ശേഷം ഒരു ആഗസ്റ്റ് മൂന്നിന് പുലർച്ചെ ഗ്രാസിയേലയും ഭർത്താവും മടങ്ങിവരുമ്പോൾ നടക്കുന്ന നാടകമാണീ കൃതി.

ഫുട്ബോൾ

ഭാര്യ മെഴ്സിഡസുമായി സൂപ്പർ മാർക്കറ്റിൽ എന്തോ വാങ്ങാനെത്തിയപ്പോഴാണ് ഗബ്രിയേൽ ഗാർസ്യാ മാർക്കേസിനെ ഞാൻ കണ്ടത്. ഫുട്ബോൾ കളിയെക്കുറിച്ച് ഒരഭിമുഖ സംഭാഷണം അനുവദിക്കാമോ എന്നദ്ദേഹത്തോട് ചോദിക്കുക എന്നൊരാശയം അപ്പോഴാണ് എന്റെ മനസിലുദിച്ചത്. ഈ ആശയം അദ്ദേഹത്തിനും കൗതുകകരമായി. പിറ്റേന്ന് വളരെ സ്നേഹത്തോടെ എന്നെ അദ്ദേഹത്തിന്റെ വീട്ടിലേക്ക് സ്വീകരിച്ചു. കായിക വിനോദത്തെക്കുറിച്ച് തന്റെ ആദ്യത്തെ അഭിമുഖസംഭാഷണമാണിതെന്നും അദ്ദേഹം പറഞ്ഞു. കഴിഞ്ഞ ലോകകപ്പിൽ കൊളംബിയൻ ടീം നടത്തിയ ഗംഭീരപ്രകടനം, തന്നെ വല്ലാതെ അലോരസപ്പെടുത്തുന്ന സ്പോർട്സ് രംഗത്തെ അക്രമങ്ങൾ എന്നിവയെ കുറിച്ചൊക്കെ അദ്ദേഹം സംസാരിച്ചു. ഈ അക്രമങ്ങളെക്കുറിച്ച് സംസാരിച്ചപ്പോൾ ഒരുതരം അശുഭാപ്തിവിശ്വാസം അദ്ദേഹത്തിൽ പ്രകടമായി. ഒരുപക്ഷെ *ഏകാന്തതയുടെ നൂറുവർഷ*ങ്ങളുടെ രചയിതാവിൽനിന്ന് തീരെ അപ്രതീക്ഷിതമല്ലാത്ത ഒരു അശുഭാപ്തിവിശ്വാസം.

താൻ ഒരിക്കലും ഇതിനുമുമ്പ് പരസ്യമായി സംസാരിച്ചിട്ടില്ലാത്ത വിഷയമായിട്ടുകൂടി ഈ നോബൽസമ്മാന ജേതാവിന് ഒട്ടേറെ പറയാനുണ്ടായിരുന്നു. അദ്ദേഹത്തെപ്പോലൊരു വ്യക്തിയിൽ നിന്ന് നാം പ്രതീക്ഷിക്കുന്നത്രയും പ്രതിഭയും ഭാവനയും ആ വാക്കുകളിൽ തിളങ്ങി നിന്നു.

താങ്കളേതെങ്കിലും കളിയിൽ പങ്കെടുത്തിട്ടുണ്ടോ എന്നാണ് എനിക്കാദ്യം അറിയേണ്ടത്?

ഇല്ല, മത്സരാടിസ്ഥാനത്തിൽ ഞാനൊരു കളിയിലും പങ്കെടുത്തിട്ടില്ല.

എന്തുകൊണ്ട്?

എനിക്കൊരിക്കലും അങ്ങനെയൊരു ശീലം ഉണ്ടായിരുന്നില്ല. അങ്ങനെ വേണമെന്ന് ആഗ്രഹിച്ചിട്ടുമില്ല. കായിക വിനോദങ്ങളിൽ പങ്കെടുത്താൽ ഏറെക്കാലം ജീവിച്ചിരിക്കാം എന്നൊക്കെ പലരും പറയാറുണ്ട്. എനിക്കിപ്പോൾ 62 വയസ്സായി. പക്ഷെ അതിപ്രഗത്ഭരായ കായിക താരങ്ങളായിരുന്ന എന്റെ പല സുഹൃത്തുകളും നിർഭാഗ്യവശാൽ എന്റെ അത്ര പ്രായമാകുന്നതിനുമുമ്പ് തന്നെ മരിച്ചു പോയിട്ടുണ്ട്. ഇതുകൊണ്ട് എന്താണ് ഞാൻ തെളിയിക്കാൻ ശ്രമിക്കുന്നതെന്ന് എനിക്കുതന്നെ നിശ്ചയമില്ല.എങ്കിലും ഇതുവരെ ഒരു കായികമത്സരത്തിലും ഞാൻ പങ്കെടുത്തിട്ടില്ലെന്നതാണ് വസ്തുത. പക്ഷെ, കുട്ടിയായിരിക്കുമ്പോൾ ഞാൻ ബെയ്സ്ബോൾ കളിക്കുമായിരുന്നു.

കൊളംബിയയിലെ ദേശീയ കായികവിനോദം ഫുട്ബോൾ ആണ് അല്ലേ?

അത് ശരിയല്ല. കൊളംബിയൻ സംസ്കാരത്തിൽ ഇഴുകിച്ചേർന്നിട്ടുള്ളതും പാരമ്പര്യമുള്ളതുമായ കളി ബെയ്സ്ബോൾ ആണ്. ഫുട്ബോൾ താരതമേന്യ സമീപകാലത്ത് കുടിയേറിയ കളിയാണ്. ഒമ്പതാമത് ലോക സീരീസിൽ 1947ൽ ലോക ബെയ്സ്ബോൾ ചാമ്പ്യനായിരുന്നു കൊളംബിയ.ആ മത്സരങ്ങൾ കൊളംബിയയിലാണ് നടന്നത്. അക്കാലത്ത് ഇവിടെ ഫുട്ബോൾ കളിച്ചിരുന്നുപോലുമില്ല. കൊളംബിയ ചാമ്പ്യനായ കാലത്ത് ഞാൻ ബൊഗോട്ടയിലെ സർവകലാശാലയിൽ നിയമവിദ്യാർഥിയാണ്. കൊളംബിയക്കാർക്ക് പ്രത്യേകിച്ച് ഉൾനാട്ടിലുള്ളവർക്ക് ഈ വാർത്ത അത്ഭുതമായിരുന്നു. കാരണം, കരീബിയൻ തീരത്തും വർഷങ്ങളായി ഇതു കളിച്ചിരുന്നുവെന്നത് അവർക്ക് അജ്ഞാതമായിരുന്നു.

പക്ഷെ, കൊളംബിയയിൽ കുട്ടികൾ തെരുവുകളിൽ പോലും ഫുട്ബോൾ കളിക്കാറില്ലേ?

ഇപ്പോൾ അത് ശരിയാണ്. പക്ഷെ, എന്റെ കുട്ടിക്കാലത്ത് തെരുവുകളിലും സ്കൂളിലുമൊക്കെ കളിച്ചുകൊണ്ടിരുന്നത് ബെയ്സ്ബോളാണ്. അർജന്റീനയിൽ നിന്നും ഉറുഗ്വെയിൽ നിന്നും കളിക്കാരും പരിശീലകരും എത്തിത്തുടങ്ങിയ നാൽപ്പതുകളുടെ അവസാനവും അമ്പതുകളിലുമാണ് ഫുട്ബോളിനോടുള്ള കമ്പം പ്രചരിച്ചത്. അക്കാലത്താണ് ലാറ്റിനമേരിക്കൻ ഫുട്ബോളിന്റെ മഹത്തായ നിമിഷം അരങ്ങേറിയത്. അന്നുമുതൽ ഫുട്ബോൾ ഒരു ദേശീയബാധയായി മാറി. ലോകകപ്പിൽ പങ്കെടുത്തുതുടങ്ങിയതോടെ ഇതിനോടുള്ള കമ്പം നാൾക്കുനാൾ ഏറുകയാണ്.

അപ്പോൾ, ഫുട്ബോൾ ക്ലേശകരമായ കാലങ്ങളിലൂടെയാണ് കടന്നു വന്നത്?

അതെ, കാരണം കൊളംബിയയിൽ മറ്റെല്ലാ കാര്യത്തിലുമെന്നപോലെ മയക്കുമരുന്നുകച്ചവടത്തിലൂടെയുള്ള വളരെയധികം പണം ഫുട്ബോൾ രംഗത്തേക്കും പോകുന്നുണ്ട്. കൊളംബിയയിൽ ലാഭകരമായ എല്ലാ കച്ച വടത്തിലും ഈ വഴിക്കുള്ള പണത്തിന്റെ സ്വാധീനമുണ്ട്. പക്ഷെ, ഫുട്ബോൾ രംഗത്താണ് ഇത് വലിയ അപവാദത്തിന് വഴിവെച്ചത്.

മെദലിനിലും കാലീലും ഒരിക്കൽ ഇരുടീമുകളുടേയും അനുയായി കൾ തമ്മിൽ വമ്പിച്ച ശത്രുത വളർന്നു നിന്നു. കായികരംഗത്തെ പതി വുള്ള ഒരു യുദ്ധത്തിന്റെ മട്ടായിരുന്നു അതിനെങ്കിലും വാസ്തവത്തിൽ അത് മറ്റൊരുതരത്തിലുള്ള യുദ്ധമായിരുന്നു. ഇതെത്രയും ദു:ഖകരമാ ണ്. പക്ഷെ, ഈ താൽക്കാലിക പ്രതിസന്ധി കൊളംബിയയിലെ ഫുട്ബോൾ അതിജീവിക്കുമെന്നാണ് എന്റെ വിശ്വാസം. ഇതു പ്രകട മായി തുടങ്ങിയിട്ടുണ്ട്.

ഇറ്റലിയിലെ ലോകകപ്പിനെക്കുറിച്ചു തന്നെ നമുക്ക് സംസാരിക്കാം. താങ്കൾ മത്സരങ്ങൾ കണ്ടിരുന്നോ?

കണ്ടിരുന്നു.ഞാൻ എന്നും ലോകകപ്പുമത്സരങ്ങൾ കണാറുണ്ട്. എന്റെ ജീവിതത്തിൽ എനിക്കേറ്റവും ഇഷ്ടപ്പെട്ട ലോകകപ്പുമത്സരം 1970-ൽ മെക്സിക്കോയിൽ ബ്രസീലും ഇറ്റലിയും തമ്മിൽ കളിച്ചതാണ്.

അക്കൊല്ലം ഞാൻ കുട്ടികളുമൊത്ത് മെക്സിക്കോയിൽ എന്റെ വീട്ടി ലായിരുന്നു. അവർ ഒരുനിമിഷംപോലും കളികാണാതിരിക്കില്ല. കൊളം ബിയൻ ടീമിന്റെ എല്ലാ കളിയും ഞാൻ വളരെ ശ്രദ്ധിച്ചിരുന്നു. ആ ടീം പുറത്താക്കപ്പെട്ടപ്പോൾ മറ്റുപലരേയും പോലെ ഞാനും നിരാശപ്പെട്ടെ ങ്കിലും കൊളംബിയൻ ടീമിന്റെ പ്രകടനത്തിൽ എനിക്ക് വളരെ അഭി മാനം തോന്നി.

ക്വാർട്ടർ ഫൈനൽ വരെ എത്തുകയും പിന്നീട് ഫൈനലിലെത്തിയ പശ്ചിമ ജർമനിയുമായി തുല്യത പാലിക്കുകയും ചെയ്ത കൊളം ബിയ നന്നായി കളിച്ചു എന്നാണോ അങ്ങയുടെ അഭിപ്രായം?

കൊളംബിയ പുറത്തായപ്പോൾ നിരാശപ്പെട്ട എന്റെ കൊളംബിയൻ സുഹൃത്തുക്കളോട് ഞാൻ പറഞ്ഞു: കൊളംബിയ ചാമ്പ്യന്മാരെപ്പോലെ കളിച്ചു എന്നതാണ് പ്രധാനം. കൊളംബിയക്ക് ഒന്നാന്തരം ടീമുണ്ടെന്ന് അവർ തെളിയിച്ചു. മാത്രമല്ല എന്നെ സംബന്ധിച്ചിടത്തോളം കൂടുതൽ പ്രധാനം അപ്രത്യക്ഷമായിക്കൊണ്ടിരിക്കുന്ന ഒരു ഫുട്ബോൾ ശൈലി ഈ ടീം വീണ്ടും കാഴ്ചവെച്ചു എന്നതാണ്. മുപ്പത് വർഷംമുമ്പ് ബ്രസീ

ലിനെ പ്രശസ്തമാക്കിയ ആ ശൈലി. ആ ഫുട്ബോൾ ശൈലി ഗംഭീരമായ പ്രകടനമാണ്. ഇത്തരം ഫുട്ബോൾ ആസ്വദിക്കുന്നവർക്ക് ആരു ജയിക്കുന്നോ ആരു തോൽക്കുന്നോ എന്നത് പ്രശ്നമല്ല. കാരണം കളി കാണുന്നതുതന്നെ അത്ഭുതകരമായ ഒരു പ്രകടനത്തിന് സാക്ഷ്യം വഹിക്കലാണ്.

ക്ലാസിക് ഫുട്ബോൾ അല്ലേ?

ബ്രസീൽ, അർജന്റീന, ഉറുഗ്വെ എന്നിവയെ പരിഗണിച്ചാൽ തന്നെയും ഇക്കാലത്തെ ഏക ക്ലാസിക്ക് ടീം കൊളംബിയ ആണ്.

ഒരുപക്ഷെ കാമറൂണും?

അതെ. പക്ഷെ, ഞാൻ ലാറ്റിനമേരിക്കയെ പറ്റിയാണ് പറയുന്നത്. എണ്ണയിട്ട യന്ത്രംപോലെ പ്രവർത്തിക്കുന്ന ടീമുകളിൽ-ഉദാഹരണത്തിന് ലോകചാമ്പ്യന്മാരായ പശ്ചിമജർമനി- കൊളംബിയയുടെ രീതിയിലുള്ള ഫുട്ബോൾ പ്രകടനം കാണാം.

വ്യക്തിത്വം ഏറെയുള്ള ഫുട്ബോൾ?

അതെ. ഈ ഫുട്ബോളിൽ ലാറ്റിനമേരിക്കൻ സ്വഭാവം കാണാം. ഇതു ഞങ്ങൾക്ക് വളരെ പ്രധാനമാണ്. കാരണം, ഫുട്ബോളിൽ ഞങ്ങൾക്ക് ഞങ്ങളുടേതായ വ്യക്തിത്വമുണ്ടായിരിക്കണം. പക്ഷെ, ഇത്തരം ഫുട്ബോളിന് ഒരു പ്രതികൂലാംശമുണ്ട്-ഇതിലധികം സ്കോർ ചെയ്യപ്പെടുന്നില്ല. മത്സരങ്ങളാകട്ടെ ഗോളുകളുടെ അടിസ്ഥാനത്തിലാണ് നിശ്ചയിക്കുന്നതും. പക്ഷെ, ഈ പ്രശ്നം എളുപ്പത്തിൽ പരിഹരിക്കപ്പെടാവുന്നതാണ് എന്നാണെന്റെ വിശ്വാസം. മാത്രമല്ല, ഒരു ട്രോഫിപോലെ കൊളംബിയക്ക് സൂക്ഷിക്കാവുന്ന മറ്റൊന്നുണ്ട്. ജർമൻയന്ത്രത്തെ അവതാളത്തിലാക്കാൻ കഴിഞ്ഞ പ്രകടനമാണത്. കളിയുടെ ഒരു ഘട്ടത്തിൽ എന്താണ് സംഭവിക്കുന്നതെന്ന് യാതൊരു രൂപവുമില്ലാതെ ജർമൻകാർ കളത്തിൽ തലങ്ങും വിലങ്ങും ഓടുകയായിരുന്നു. കാരണം, വന്യമായ ശക്തിയുള്ള ഒരു സംഘം കളിക്കാരെയായിരുന്നു അവർക്ക് നേരിടേണ്ടിവന്നത്. കമ്പ്യൂട്ടറിനെപ്പോലെ ചിട്ടയൊപ്പിച്ച ജർമൻ ബുദ്ധിക്ക് നേരിടാൻ കഴിയുന്നതായിരുന്നില്ല ആ വന്യസംഘം. എന്നെ സംബന്ധിച്ചിടത്തോളം രാജ്യത്തെക്കുറിച്ച് അങ്ങേയറ്റം അഭിമാനം നൽകിയ ഒരു കാഴ്ചയായിരുന്നു അത്.

നമുക്ക് കളിക്കാരെക്കുറിച്ച് അൽപം സംസാരിച്ചാലോ?

ശരി. നമുക്ക് ഹിഗ്വിറ്റയെപ്പറ്റി സംസാരിക്കാം. ഹിഗ്വിറ്റ എല്ലാ അർഥ

ത്തിലും ഒരു കൊളംബിയനാണ്. ഞങ്ങൾ കൊളംബിയക്കാർക്ക് എന്തും ചെയ്യാനാവും. പക്ഷെ, കിറുക്കിന്റെ ഒരംശം എല്ലാത്തിലുമുണ്ടാകും. ഹിഗ്വിറ്റ ഒരു തനി ലാറ്റിനമേരിക്കക്കാരനാണ്. അതിപ്രഗത്ഭനായ ഒരു ഗോളിയാണ്. പക്ഷെ, അദ്ദേഹം അതിപ്രഗത്ഭനായ ഒരു ബെയ്സ്ബോൾ കളിക്കാരനുമാണ്. അതിനാൽ അയാൾക്ക് ഓടാനാണ് ഏറ്റവും ഇഷ്ടം. ഗോൾമുഖത്ത് പന്ത് വന്നില്ലെങ്കിൽ അയാൾ കളത്തിലേക്കിറങ്ങി കളിക്കും. വെറുതെനിന്ന് മുഷിയുന്നതുകൊണ്ടാണ് അത്. കുട്ടികളായിരിക്കുമ്പോൾ ഞങ്ങളൊക്കെ ചെയ്തിട്ടുള്ളതാണ്. ഗോൾപോസ്റ്റിൽ നിൽക്കുമ്പോൾ ബോറടിച്ചാൽ കളത്തിലേക്കോടിയിറങ്ങി പന്തെടുക്കും.

ടീം ജയത്തിനടുത്തെത്താനായി ആക്രമണോൽസുകമായി നിന്നപ്പോഴല്ലേ ഹിഗ്വിറ്റ ആ മഹാവിഡ്ഢിത്തം കാണിച്ചത്?

അതെ. കാമറൂണിന്റെ ആ തകർപ്പൻതാരം മില്ലക്കെതിരെയും അയാൾ ആ തെറ്റ് വരുത്തി. പക്ഷെ ഹിഗ്വിറ്റയെക്കുറിച്ച് നിങ്ങൾ മനസിലാക്കേണ്ട മറ്റൊന്നുണ്ട്. വളരെ പ്രശസ്തനായ ലോകകപ്പ് താരമായി വളരുകയായിരുന്നു അയാൾ. കളിക്കളത്തിലൊരത്ഭുതമായിരുന്ന അയാളെ തടയാൻ ആർക്കും കഴിയുമായിരുന്നില്ല. എന്റെ വ്യക്തിപരമായ അനുഭവങ്ങളിൽ നിന്ന് ഒരു കാര്യം ഉറപ്പിച്ചു പറയട്ടെ; ഈ ലോകത്ത് പ്രശസ്തിയെപ്പോലെ കൈകാര്യംചെയ്യാൻ ബുദ്ധിമുട്ടുള്ള മറ്റൊന്നില്ല. കാണികളിൽനിന്നും കൈയടി നേടാനുള്ള പ്രലോഭനത്തെ ചെറുക്കാൻ ഹിഗ്വിറ്റക്കു കഴിഞ്ഞില്ല.

അത് ടീമിന് വല്ലാത്ത നഷ്ടമുണ്ടാക്കിയില്ലേ?

അതെ. പക്ഷെ, വിദഗ്ധർ അങ്ങനെ കരുതുന്നില്ല. അതെന്തായാലും ഒരു ഗോളാകുമായിരുന്നു. കൊളംബിയയെ അറിയാമെന്നതുകൊണ്ട് എന്റെ ഭീതി മറ്റൊന്നിനെക്കുറിച്ചായിരുന്നു. നിരവധി തവണ ഞങ്ങൾ പല മത്സരങ്ങളിലും പരാജയപ്പെട്ടിട്ടുണ്ട്. പക്ഷെ അപ്പോഴൊക്കെ ധാർമിക വിജയം ഞങ്ങൾക്കായിരുന്നു എന്നാണ് ഞങ്ങൾ കരുതുന്നത്.

താങ്കൾക്ക് നോബൽ സമ്മാനം ലഭിച്ചപ്പോഴും അങ്ങനെ സംഭവിച്ചിരുന്നുവോ?

അതെ. പക്ഷെ ഏതെങ്കിലുമൊരു രംഗത്ത് കൊളംബിയ ഉജ്വല വിജയം കൈവരിച്ചത്, ഞാൻ നോബൽ സമ്മാനം നേടിയപ്പോൾ മാത്രമാണെന്ന് എല്ലാ വിനയത്തോടെയും പറഞ്ഞുകൊള്ളട്ടെ. കൊളംബിയ അന്നൊരു മത്സരം ജയിച്ചു. പക്ഷെ എന്തായാലും ഞങ്ങളുടെ ടീം ലോകകപ്പിൽ ഗംഭീര പ്രകടനമാണ് കാഴ്ചവെച്ചതെന്ന് സമ്മതിക്കാതെ വയ്യ.

എന്തായിരുന്നു കൊളംബിയയിലെ പ്രതികരണം?

കൊളംബിയയിൽ ആക്രമണാത്മകമായ പ്രതികരണമായിരിക്കുമെന്ന് ഞാൻ ഭയന്നിരുന്നു. മാത്രമല്ല, ഹിഗ്വിറ്റ മെദലിൻകാരനായിരുന്നു. കൊളംബിയൻ ടീമിന്റെ പരാജയത്തിന് ഉത്തരവാദി എന്നുള്ള ദുഷ്പേരുമായിട്ടാണ് അയാളവിടെ കളിക്കാൻപോയത്. പക്ഷെ, ഭാഗ്യത്തിന് കൊളംബിയക്കാർ തികഞ്ഞ മര്യാദയോടെയാണ് പ്രതികരിച്ചതെന്ന് എന്റെ പല കൊളംബിയൻ സുഹൃത്തുക്കളും പറഞ്ഞു.

ചാമ്പ്യൻഷിപ്പുകൾ തോൽക്കുകയും ജയിക്കുകയും ചെയ്യും. പക്ഷെ കൊളംബിയൻ ഫുട്ബോളിന് എന്തു സംഭവിക്കുന്നു എന്ന് മനസ്സിലാക്കുകയാണ് പ്രധാനം. തികച്ചും സവിശേഷമായ, സ്വന്തംശൈലിയുള്ള ഒരു ടീം നമുക്കുണ്ടെന്നതും, ഈ അപൂർവസിദ്ധി വികസിപ്പിച്ചെടുക്കുകയാണ് പ്രധാനമെന്നും മനസിലാക്കണം. ഇനിയുമൊട്ടേറെ ലോകകപ്പുകളും ചാമ്പ്യൻഷിപ്പുകളും ഉണ്ടാകുമെന്ന് പ്രത്യാശിക്കാം. കൊളംബിയയിൽ ഒന്നാന്തരം ഒരു ഫുട്ബോൾ സംസ്കാരം ഉണ്ടെന്നതുപോലെ തന്നെ പ്രധാനമാണത്.

താങ്കൾ അക്രമത്തെക്കുറിച്ച് പറഞ്ഞ സ്ഥിതിക്ക് നമുക്ക് ഫുട്ബോൾ രംഗത്തെ അക്രമത്തെക്കുറിച്ച് സംസാരിക്കാം. ഇക്കാലത്ത് മത്സരങ്ങൾ യുദ്ധങ്ങൾ പോലെയാണ്;പ്രേക്ഷകഗാലറിയിൽ അതിലേറെയും. താങ്കൾ അതിനെക്കുറിച്ച് എന്തു പറയുന്നു?

ഒരു ലോകകപ്പ് കഴിഞ്ഞ് അടുത്ത ലോകകപ്പ് വരുംവരെയുള്ള ഇടവേളകളിൽ അക്രമം കൂടുതൽ സ്ഥാപനവൽക്കരിക്കപ്പെടുന്നതാണ് കാണുന്നത്. ഏതാനും വർഷം മുമ്പുവരെ ചിന്തിക്കാൻപോലും കഴിയാത്ത തരത്തിലുള്ള ഫൗളുകളും ആക്രമണോത്സുകമായ നീക്കങ്ങളുമാണ് കളത്തിൽ കാണുന്നത്. ഇപ്പോഴത്തെ പ്രേക്ഷകരുടെ വിചാരം ഇങ്ങനെയാണ് ഫുട്ബോൾ കളിക്കേണ്ടതെന്നാണ്. കാണികളുടെ ഗാലറികളിൽ നടക്കുന്നതാകട്ടെ അവിശ്വസനീയമെന്നേ പറയാനാവൂ. എഴുപതുകളിൽ ഞാൻ ബാഴ്സിലോണയിൽ കഴിയുന്ന കാലത്ത് ഇംഗ്ലണ്ടിൽ നിന്നുള്ള ഒരു ടീമിനെതിരെയുള്ള മത്സരം നടന്നതോർക്കുന്നു. ഒറ്റരാത്രികൊണ്ട് ആ ഇംഗ്ലണ്ട് ടീമിന്റെ അനുഭാവികൾ തെരുവിലിറങ്ങി കണ്ണിൽ കണ്ടതെല്ലാം നശിപ്പിച്ചു. അവരെവിടെയൊക്കെപോയോ അവിടെയൊക്കെ ഭീതിയുണർത്തി. 20 വർഷം മുമ്പാണിത്. ഇത്തരം അക്രമം ഫുട്ബോളിൽനിന്ന് ജനിക്കുന്നതാണ്. കാരണം, ഫുട്ബോൾ തീവ്രവികാരങ്ങൾ ഉയർത്തുന്ന ഒരു കളിയാണ്. പക്ഷെ അക്രമം എല്ലാ പ്രവർത്തികളിലും ഉണ്ടാകും.

ഈ അന്ധമായ അനുഭവം അപകടകരമായ ദേശീയതയെ ഉണർത്തുന്നുണ്ടോ?

ആലോചിച്ചു നോക്കൂ, ഞാൻ ഒരു വലിയ ദേശീയവാദിയല്ല. എങ്കിലും എത്ര ആവേശത്തോടെയാണ് ഞാൻ കൊളംബിയൻ ടീമിനെപ്പറ്റി പറഞ്ഞത്. എങ്ങനെ ഈ വികാരത്തിൽ നിന്ന് ഒഴിഞ്ഞു നില്ക്കും.

1964–ൽ പെറുവും അർജന്റീനയും തമ്മിലുള്ള മത്സരത്തിനെക്കുറിച്ചുള്ള ഒരു ലേഖനം പുരാവസ്തുശേഖരത്തിൽ നിന്ന് ലഭിച്ചു. അന്നുണ്ടായ അക്രമണങ്ങളിൽ 320 പേർ മരിച്ചത്രേ. 1000 പേർക്കാണ് പരിക്കേറ്റത്.

ഫുട്ബോൾ പ്രേമികളെ മാത്രം ശാന്തരാക്കിയതുകൊണ്ട് കാര്യമില്ലെന്നത് വളരെ പ്രധാനമാണെന്നെനിക്ക് തോന്നുന്നു. സമൂഹം പ്രവർത്തിക്കുന്ന രീതികൾതന്നെ മാറ്റിയേ പറ്റൂ. കാരണം, ഫുട്ബോളിലെ ഈ അക്രമ സംഭവങ്ങളൊക്കെ സമൂഹത്തിന്റെതന്നെ ഒരവസ്ഥയുടെ പ്രതിഫലനമാണ്. ജനങ്ങളുടെ മാനസികാവസ്ഥയാണ് മാറേണ്ടിയിരിക്കുന്നത്. മനുഷ്യൻ കൂടുതൽ ശാന്തസ്വഭാവം ആർജ്ജിക്കേണ്ടിയിരിക്കുന്നു.

ഒരു മാറ്റം വരുന്നതായെനിക്കു തോന്നുന്നുണ്ട്. മാറ്റം ഉണ്ടാകുന്നുണ്ടെന്ന് എനിക്ക് മുമ്പൊന്നും തോന്നിയിരുന്നില്ല. പക്ഷെ, ഇപ്പോൾ പല നല്ലകാര്യങ്ങളും നടക്കുന്നുണ്ട്. എല്ലാം നമ്മളെന്തു തീരുമാനങ്ങളെടുക്കുന്നു എന്നതിനെ ആശ്രയിച്ചിരിക്കും.

എന്തുകൊണ്ടാണ് അക്രമം ഇത്ര വളർന്നതെന്ന് അങ്ങേക്കറിയാമോ?

വാസ്തവത്തിൽ എനിക്കറിയില്ല. സാമൂഹ്യ അനീതികൾക്കെതിരായുള്ള പ്രതികരണം എന്നതാണ് പതിവായി ആദ്യം നൽകുന്ന മറുപടി. പക്ഷെ, അതെത്ര ശരിയാണെന്നതെനിക്ക് ഉറപ്പില്ല. അതുതന്നെയാണ് യഥാർഥ കാരണമെന്നത് എനിക്ക് നിശ്ചയമില്ല. മനുഷ്യർ പ്രകൃത്യാതന്നെ ഹിംസാത്മക സ്വഭാവമുള്ളവരാണെന്നാണ് എനിക്ക് തോന്നുന്നത്. ഈ സ്വഭാവത്തെ ഒതുക്കാനോ അടിച്ചകറ്റാനോ ആണ് നാഗരികത, വിദ്യാഭ്യാസം, സംസ്കാരം എന്നീ പ്രക്രിയ മുഴുവൻ ശ്രമിക്കുന്നത്.

അപ്പോൾ ഒരു പരിഹാരമില്ലെന്നാണോ?

ഒരു ഫുട്ബോൾയുദ്ധം പോലെയാണത്. നമ്മുടെ ആവേശം ഉണർത്തുന്ന ഒന്ന്. എല്ലാ കളിക്കാരനും ഓരോ പന്തുകൊടുത്താൽ 22 പന്തുകൊണ്ട് ഏറ്റവും കൂടുതൽ ഗോൾ ആരാണടിക്കുക എന്ന് നമുക്കറിയാം. സ ത്യത്തിൽ ഫുട്ബോൾരംഗത്ത് മാത്രമല്ല അക്രമങ്ങൾ.പക്ഷെ, ഫുട്ബോൾ ഉണർത്തുന്ന മാനസികഭാവം അതിനനുഗുണമാണ്, കാരണം ഫുട്ബോൾപോലെ വികാരങ്ങളുണർത്തുന്ന മറ്റു കായിക വിനോദങ്ങ

ളില്ല. കഴിഞ്ഞ ലോകകപ്പിൽ നൂറ് കോടിയോളം ജനങ്ങളാണ് ഒരേസമയം ഓരോ ഗോൾ അടിക്കുന്നത് കണ്ടിരുന്നത്.അതുകൊണ്ട് അക്രമം ഒട്ടുമുണ്ടാകില്ലെന്നത് അസാധ്യമാണ്.

അർജന്റീനയിലെയും ബ്രസീലിലെയും താരങ്ങളെപ്പോലെ കൊളംബിയയിലെ ഫുട്ബോൾ കളിക്കാരെയും യൂറോപ്യൻ ക്ലബ്ബുകൾ വിലയ്ക്കെടുക്കാനുള്ള സാധ്യത താങ്കൾ കാണുന്നുണ്ടോ?

ഹിഗ്വിറ്റയെ വാങ്ങാൻ ആരെങ്കിലും ധൈര്യപ്പെടുമെന്ന് നിങ്ങൾക്ക് തോന്നുന്നുണ്ടോ? ഇതു സംഭവിക്കണമെങ്കിൽ ഹിഗ്വിറ്റ ആളാകെ മാറണമെന്ന് പറഞ്ഞുകേട്ടിട്ടുണ്ട്. പക്ഷെ, ഹിഗ്വിറ്റക്ക് മാറാൻ കഴിയില്ല. അയാൾക്ക് അങ്ങനെതന്നെ തുടരാനേ പറ്റൂ. കാരണം, അതാണ് അയാളുടെ ശൈലി. ചില കൊളംബിയൻ കളിക്കാർ തീർച്ചയായും യൂറോപ്യൻ ക്ലബ്ബുകളിലേക്ക് പോവും. അതൊഴിവാക്കാൻ പറ്റില്ല. കാരണം, ഫുട്ബോൾ പൂർണമായും കച്ചവടവൽക്കരിക്കപ്പെട്ടിരിക്കുന്നു. അങ്ങനെയല്ലെങ്കിൽ ഫുട്ബോളിനെ എങ്ങനെ നിലനിർത്താനാവും? ഒരു പക്ഷെ, ഇതുമാത്രമായിരിക്കും മാർഗം.

അപ്പോൾ അടുത്ത ലോകകപ്പ് അമേരിക്കയിലായിരിക്കും നടക്കുക?

ഇതൊഴിവാക്കാൻ ബുദ്ധിമുട്ടാണ്. അവരത് നന്നായി സംഘടിപ്പിക്കുമെന്ന് ഞാൻ കരുതുന്നു. ഒട്ടേറെ ജനങ്ങൾ മത്സരങ്ങൾ കാണാൻ വരികയും ചെയ്യും. ലോകകപ്പ് നടത്തണമെന്ന് അവർക്ക് ആഗ്രഹം ഉണ്ടായിരുന്നു. അവർക്കതിന് അവസരം ലഭിക്കുകയും ചെയ്തു. ഒരു ലാറ്റിനമേരിക്കക്കാരൻ എന്ന നിലയിൽ, അമേരിക്ക ലോകകപ്പ് സംഘടിപ്പിച്ച് കാണുന്നതാണ് എനിക്കിഷ്ടം. അവർ ഷിക്കാഗോയിൽ സംഘടിപ്പിക്കാൻ ഉദ്ദേശിക്കുന്ന മറ്റേ സംഭവം നടന്നുകാണാൻ എനിക്ക് താൽപര്യമില്ല-- കൊളംബസ് അമേരിക്കയിൽ കാലുകുത്തിയതിന്റെ അഞ്ചാം ശതവാർഷികാഘോഷങ്ങൾ.

www.ingramcontent.com/pod-product-compliance
Lightning Source LLC
LaVergne TN
LVHW040819051026
849519LV00007BA/2680
* 9 7 8 9 3 8 3 1 5 5 5 6 9 *